నా ప్రేమ,
నేను నీకు దాసోహం

మీనాక్షి
(కలం పేరు)

ప్రచురణ కర్త:
మీనాక్షి (కలం పేరు)

ప్రతులకు:
ఫ్లాట్ నెం. 003, సాయి లక్ష్మి అపార్ట్‌మెంట్,
బస్‌స్టాప్ ఎదురుగా, గీతా & స్వప్న హాస్పిటల్ వద్ద,
చైతన్యపురి, దిల్‌సుఖ్‌నగర్, హైదరాబాద్-62.
ఫోన్: 8297891520

ప్రథమ ముద్రణ : 2015

ప్రతులు : 1000

వెల : రూ॥ 125/-

ప్రింటర్స్ :
యూనివర్సల్ ప్రింటర్స్,
హైదరాబాద్.
ఫోన్: 9392465301

HOSPITAL

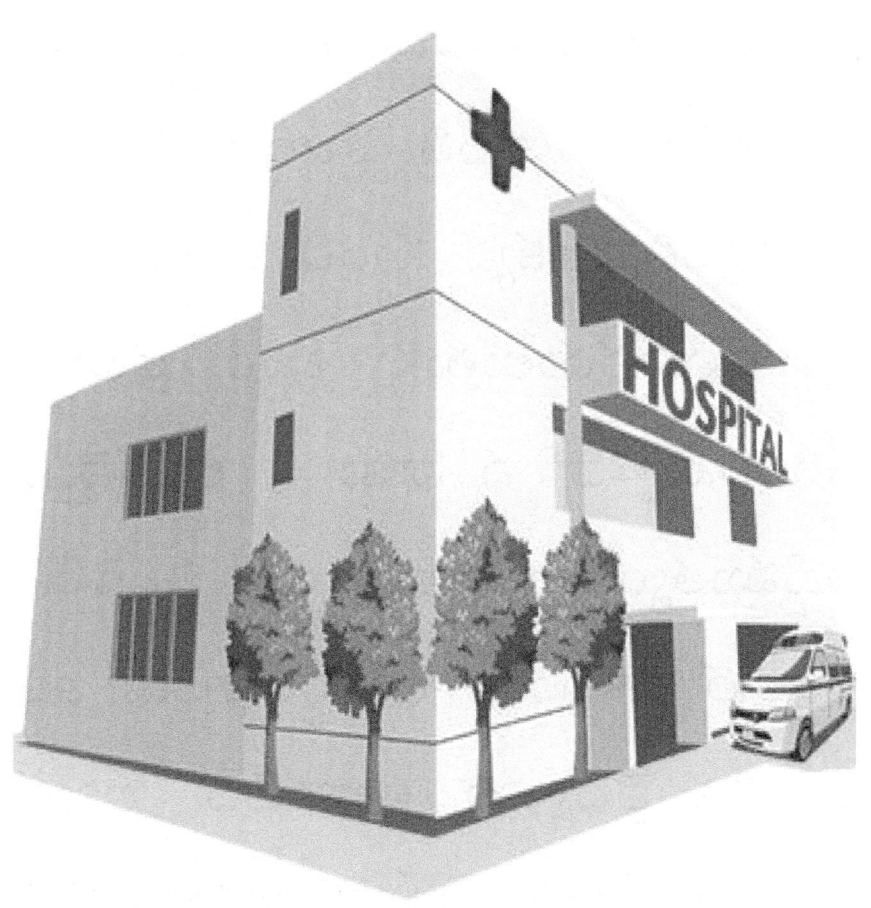

అది ఓ మానసిక వైద్యశాల అది సరిగ్గా రాత్రి 11:00 గం॥లు అంతా నిదురిస్తున్న సమయం, అంతా ఎటుచూసినా చీకటి కేవలం ఒక గదిలోనే కాంతి ఫజంలా వెలుగు కన్పిస్తుంది. అక్కడ నుంచి అటువైపుగా కాగితాలు కదులుతున్న శబ్దం. అటుగా పరిశీలిస్తూ వెళ్ళిన నాకు ఓ అందమైన ఆణిముత్యంలాంటి అమ్మాయి, ఓ డైరీని కన్నీళ్ళతో వ్రాస్తుంది నాకు అర్ధం కాలేదు. ఇది మానసిక వైధ్యశాల, అలాంటిది ఇక్కడ మానసిక రోగులకు కనీసం తాము ఎవరో తమకే తెలియని స్థితిలో ఉంటారు అలాంటిది తన గురించి తాను వ్రాసుకోగలిన మేధా

సంపత్తు కలిగిన ఈమె మానసిక రోగి ఎలా అయ్యింది. ఆమెకు నిజంగా రుగ్మత ఉన్న మనిషేనా? లేక ఎవరైనా బలవంతంగా ఆమెను ఇక్కడ తెచ్చిపడేసారా అని పలు అనుమానాలు నా మనస్సులో మొదలైనాయి. ఏమి చేద్దాం, పలకరిస్తాము అని అనుకున్నాను కాని ఓ ఆడపిల్లను అది కూడ అ స్థితిలో ఇక్కడ ఉన్న అమ్మాయిని పలకరించడం సరి అయినది కాదు అని వెనక్కు తగ్గాను.

ఇంతలో నా భుజంపై ఓ చెయ్యి వచ్చి వాలింది. ఒకసారిగా ఉలిక్కిపడ్డాను. నా ముఖంలో ముచ్చెమటలు పట్టాయి. వెనక్కి తిరిగి చూస్తే మామయ్య. ప్రశాంత్ ఫ్లైట్ ఎన్ని

గంటలకు వచ్చింది. ఇప్పుడేనా రావటం అని అడిగాడు అవును అన్నాను. ఇంతలో లోపలికి వెళ్ళిన నాకు ఆ అమ్మాయి లైటు ఆఫ్ చెయ్యడం కనిపించింది. ఎలాగైనా అ అమ్మాయి గురించి తెలుసుకోవాలనే నా మనస్సు నిర్ణయించుకుంది. ఇక తెల్లవారింది పక్షులు కిలకిల రావాలతో ఆ ప్రాంతం మనస్సుకు ఎంతో అహ్లాదాన్ని ఆనందాన్నీ ఇచ్చింది ఎప్పుడు ప్రశాంత్‌ను నా పేరులో చూడడమే గాని నిజంగా దాని అనుభూతిని పొందలేదు.

ఇలా ప్రకృతి రూపంలో చూడడం అదే మొదటి సారి. ఆ మానసిక శిబిరం మా ఇంటికి కొంత దూరం కావటంతో వాళ్ళ

అరుపులు మాటలు మాకు ఏమీ వినిపించవు. ఈ ప్రకృతి ఎంత బాగుంది. అనుకొంటుండంగా మావయ్య వచ్చి ప్రశాంత్ ఇవాళ ఆసుపత్రికి వస్తావా లేక ఇవాళ్ల ఈ ప్రాంతాన్ని ఆస్వాదిస్తావా? అని అడిగాడు. నేను ఒక్క క్షణం ఆలోచించాను. ఈ ఊరికి రాగానే నామనస్సును పలకరించిన ఆ అమ్మాయిని ముందు చూడనా లేక నన్ను పలకరించిన ఈ ప్రకృతి చూడనా అని ఆలోచించాను. కాని నాకు ఎందుకో ఆ అమ్మాయినే చూడాలనే అనిపించింది. ముందు హాస్పిటల్ అని అన్నాను.

నేను మావయ్య ఇద్దరం కలిసి అక్కడికి వెళ్ళాము. అక్కడ అందరినీ చూచి నేను

చలించిపోయాను. నా కళ్ళల్లో నీరు ఆగలేదు. ఎంత నేను మానసిక వైద్యం చదివినా అందరి కష్టాన్ని ప్రత్యక్షంగా చూడడం ఇదే మొదటిసారి కదా అందుకే నేను నా మదిని ఆపుకోలేక పోయాను. అక్కడ ఉన్న సిబ్బందికి మావయ్యా నన్ను పరిచయం చేశారు.

హి ఈస్ ప్రశాంత్ ఎమ్.బి.బి.ఎస్.

సైకాలజిస్ట్

ఈ మద్యనే స్టడీస్ కంప్లీట్ చేశాడు. మొన్ననే లండన్ నుంచి వచ్చాడు నా మేనల్లుడు.

అందరూ నాకు చాలా నచ్చారు. చాలా

బాగున్నారు. నేను మామయ్య రూమ్‌లోనికి వచ్చాము. ఐ హగ్గుడు మావయ్య. వావ్ ఎంత బాగుంది ఈ చోటు అత్తయ్య మీరు నెలకొలిపిన ఈ సంస్థ మామయ్య గ్రేట్ ఇక్కడ మనికి అన్నీ దొరుకుతున్నాయి. నేను ఇక్కడ అన్ని సెక్షన్స్ చూడాలని అనుకుంటున్నాను. సరే పద అన్నాడు మావయ్య నీకు కూడా చాలా ఉపయోగపడ్తుంది అన్నాడు. అలా మేము ఇద్దరం కలిసి అన్ని డిపార్ట్‌మెంట్స్ చూశాము. అడ్మినిస్ట్రేషన్ బిల్డింగ్, మెడిటేషన్ హాల్, చర్చ్, గార్డెన్, మ్యూజిక్ రూమ్, కాన్‌ఫ్రెన్స్‌హాల్ & లాస్ట్ బట్ నాట్ లీస్ట్ పేషంట్ రూమ్స్ అక్కడికి రాగానే నాలో తెలియని తృష్ణ నన్ను

పలకరించిన ఆమెను చూడాలని తపన, ఆమెది ఆకరిది కాక ఆకరి గది.

అన్ని గదిలోంచి ఏదో విచిత్రమైన సంభాషణ ఏడుస్తూ నవ్వుతూ అన్ని గదులు మేము పరిశీలిస్తు వచ్చి ఆమె గది దగ్గర ఆగాము. అన్ని గదులలోనుంచి ఏవేవో మాటలు వినిపించినా నాకు ఆమె గది దగ్గర మాత్రం నిశబ్దం రాజ్యం మేలుతుంది ఒక మాట లేదు.

అప్పుడే అడగనా లేక మళ్ళీ అడగనా అని ఆలోచించాను. నా మనస్సు ఆగలేదు. అడిగేశాను మావయ్యను తాను ఎవరు అని,

మామయ్య తానా! మానస అని చెప్పాడు, వావ్ పేరు చాలా బాగుంది అనుకున్నాను నాలో నేనే. తనకు ఏమి అయ్యింది అన్నాను. ఆమె ఎలా ఇక్కడ అని అడిగాను. ఆమె ఓ విచిత్రమైన మానసిక వ్యాధితో బాధపడుతుంది. ఎప్పుడు చావాలనే కోరిక? ఎవరో ఆమెతో ఉన్నట్లు ఎప్పుడు తనలో తానే మాట్లాడుకుంటుంది. ఏమన్నా అడిగితే నా మనస్సుతో మాట్లాడుతూ వున్నాను అంటుంది మరి. ఎంతో తెలివైన అమ్మాయి. ఎంతో మేధాసంపత్తితో మాట్లాడు తుంది అసలు ఆ అమ్మాయిలో మెచూరిటీని చూస్తే ఆ మాటలు చూస్తే అసలు ఆమెను ఎవరు ఓ మానసిక వ్యాధితో బాధపడుతుంది

అనుకోరు, ఏంటి అని అడిగాను. ఎప్పుడు తనలో తానే మాట్లాడు కుంటుంది. వేరే ఎవరితోనైనా మాట్లాడకుండానే తనలో తానే ఉంటానని అదే తనకు ఇష్టం అంటుంది. ఎప్పుడు చావాలనుకుంటుంది అని మావయ్య చెప్పే మాట పూర్తిచేసే లోపలే డాక్టర్ దయచేసి నన్ను చంపేయండి ప్లీజ్ అని ఓ పెద్ద ఆర్తనాదంతో కూడిన ఏడ్పు వినిపించింది. అప్పుడు చిన్న దీపపు కాంతిలో ఆమెను అలా చూసిన నేను ఇదె మొదటి సారిగా ఆమెను చూడడం.

తాను చాలా చాలా అందంగా ఉంది. నేను సరిగానే అన్నాను ఆమె నిజంగా

ఆణిముత్యమే. ఎంత బాగుంది. ఆమెను చూస్తే అసలు మానసిక రోగిలాగానే లేదు. మావయ్యకు ఆమె డైరి గురించి చెబుదామని ఆలోచించినాను. కాని పాపం, దాని ద్వారా అయినా ఆమె బాధను చెప్పుకుంటున్న ఆమెకు ఆసరా నేను దూరం చేసినవాడనౌతానేమో అని భయపడ్డాను. ఒకవేళ వెళ్ళి చెబితే కేస్‌కి హెల్ప్ అవుతుంది కాని చెబితే బాధపడితే, ఓ డాక్టర్ కన్నా ఓ మనిషిగా ఆలోచించి ఆగిపోయాను.

ఆ తరువాత నేను మావయ్య కలసి ఓ రూమ్‌కి వెళ్ళాము. నేను పరధ్యానంలో ఉండటం చూసి ప్రశాంత్ ఏంటి అని అడిగాడు. అంతగా ఆలోచిస్తున్నావు అన్నాడు. ఏమిలేదు

అన్నాను. ఏంటి చెప్పు అన్నాడు. మరి నేను మానస కేస్ చేద్దామని అనుకొంటున్నాను అన్నాను. దానికి మావయ్య వద్దు ఇప్పుడు ఇప్పుడే చదువు పూర్తి చేసుకున్న నీకు ఆ కేస్ ఓ నిరాశను ఇవ్వకూ డదని ఆశిస్తున్నాను. మావయ్య ఇప్పుడు డాక్టర్ డిగ్రీ తీసుకున్న నాకు ఈ కేస్ ఛాలెంజ్‌గా తీసుకోవాలను కుంటు న్నాను. ప్లీజ్ అని చాలా బ్రతిమాలాను సరేనని ఒప్పుకున్నాడు. అలా ఆరోజు గడిచింది.

నేను సరిగ్గా 6.00 గం॥లకు జాగింగ్ కు వెళ్ళాను. అంతా ముగించుకొని మెల్లగా నేను మానస రూమ్‌కి వెళ్ళాను. ఆమె చాలా మంచి నిద్రలో ఉంది. ఆమె చెయ్యి తన డైరీ

పైన పెట్టి నిద్రపోతుంది. మెల్లగా ఆమె చేతిని డైరీ మీద నుండి తొలగించాను అందులో అమె కన్నీటితో తడిసినట్లు ఉన్న ఓ కాగితం.

అందులో ఇలా వ్రాసింది.

దేహాన్ని వీడే ఆత్మకు సాయమా ?

చితిపై ఒంటిగా కాలే కళేభరానికి భయమా?

శూన్యానికి భావమా?

ఒంటరి తనానికి స్నేహమా?

నాకు నేస్తమా? హాస్యమా?

అది చూసిన ఆ క్షణం నా కళ్ళ నీరు ఆగలేదు. ఎంత ఆపినా ఆగలేదు, ఆమె కన్నీటితో

తడిసినట్లు ఉన్న దానిపై నా కన్నీటిని జోడించాను. ఆమె వ్రాసిన ఆ అక్షరాలు ఎన్నో సార్లు నా మనస్సుకు గుర్తుకొచ్చాయి. అసలు ఆమెనే అంత భావాయుక్తంతో వ్రాసిందా లేక మరి ఎవరైనా వ్రాసిన దానిని ఆమె జ్ఞాపకంగా నిలుపుకుందా అని ఆలోచించాను. ఒక వేళ ఆమెనే వ్రాసి ఉంటే అది ఈ మద్య కాలంలోనిదే అయితే మరి ఆమె మానసిక రోగి ఎలా అవుతుంది. ఆ అక్షరాలను బట్టి చూస్తే ఆమె ఒంటరితనంతో కృంగిపోతున్నట్లు నాకు అనిపిస్తుంది, కాని అంత తొందరగా నేను ఏ నిర్ధారణకి రాలేను. ఆమె గురించి ఇంకా పూర్తిగా తెలుసుకోకుండా, పరిశీలించకుండా

నేను ఏ నిర్ణయానికి రాలేను అని అనుకున్నాను. ఎలాగైనా ఆమెతో ఒకసారి మాట్లాడాలను కున్నాను, కాని ఎలా? అని ఆలోచించాను. ఓ ఇన్‌జక్షన్ వంకతో ఆమె రూమ్‌లోకి వెళ్ళాను. ఆమెను చూడగానే నేను ఒక డాక్టర్‌లా కాకుండా ఒక స్నేహితుడిలాగా హాయ్ మానస, అయామ్ ప్రశాంత్, డాక్టర్ ప్రశాంత్ అని పలకరించాను. నన్ను చూసిన ఆమె డాక్టర్ ప్లీజ్ నేను బ్రతకడానికి ఇన్‌జక్షన్ ఇవ్వటానికి వచ్చిన మీరు దయచేసి చావటానికి ఇవ్వండి నాకు బ్రతకాలని లేదు ప్లీజ్ డాక్టర్ అని బోరున ఏడ్చింది ప్లీజ్ డాక్టర్ ప్లీజ్ అని తాను నా కాళ్ళు పట్టుకొని బ్రతిమాలింది. నాకు ఏమిచెయ్యాలో

తోచలేదు. రిలాక్స్ అస్సలు కూల్-డౌన్ నా మాటవిను అని అన్నాను. తాను వినిపించు కోలేదు. నన్నుచంపేయండి నన్ను చంపేయండి అంటూ తన తలను గోడకేసి కొట్టుకోబోయింది మానస, మానస అని నేను ఎంత వారించినా తాను వినడంలేదు. ఆమెను మాటలలో ఆపలేక ఇక తప్పేదిలేక నేను ఆమెపై చేయి చేసుకున్నాను, ఆమె స్పృహ కోల్పోయింది, నాకు చాలా బాదేసింది. ఆమెను చేతులతో ఎత్తుకుని బెడ్పైన పడుకోబెట్టి చెక్ చేసి ఇన్జక్షన్ చేసి, నేను వెళ్ళి ఇంక ఏ పనీ చెయ్యకుండా ఇంటికి వెళ్ళిపోయాను. అయితే ఆమెను ఓ డాక్టర్గా ట్రీట్మెంట్ లో భాగంగా నేను ఆమెపై

చేయిచేసుకున్నా కాని నా మనస్సులో చాలా బాధగా ఉంది. ఎందుకో చాలా బాధపడుతున్నాను. నేను ఆమెను మామూలుగా పలకరించినా ఆమె ఎంత మందులకు అలవాటు పడకపోతే ఇన్‌జక్షన్ ఇవ్వడానికి వచ్చారా ఎందుకు అని అడుగుతుంది. అలా రెండు రోజులు ఆ బాధతోనే గడిపేశాను, అసలు ఆమె వైపుకాదు కదా కనీసం హాస్పిటల్ ముఖం కూడా చూడలేదు. నేను ఆ తరువాత రోజు మళ్ళీ వెళ్ళాను, అక్కడ తాను మొక్కలకు నీళ్ళు పోస్తూకనిపించింది. అమెను చూడగానే నా మనస్సు పశ్చాత్తాపంతో చలించిపోయింది. పశ్చాత్తాప, బావోద్వేక్త బద్దుడునై ఆమెను

చూడగానే వెళ్ళి పలకరించాలని క్షమాపణ వేడుకోవాలని నిర్ణయించుకున్నాను. అనుకు న్నదే తడువుగా ఆమె దగ్గరకు వెళ్ళాను. హాయ్! మానసా ఐ యామ్ సారీ అన్నాను. దానికి తాను ఈట్స్ ఓకే డాక్టర్ అది నాకు అలవాటే అంది. ఇప్పటికి చాలా సార్లు చాలా మంది డాక్టర్స్ నా ప్రవర్తనకు నా పై చేయిచేసుకున్నారు అంది మరి నీది పిచ్చి ప్రవర్తన అని నీకు తెలిసి ఎందుకు ప్రవర్తిస్తున్నావు, అసలు ఇంత తెలివిగా మాట్లాడే నువ్వు ఎందుకు ఇక్కడ ఉన్నావు అసలు నీవు ఇంత చిన్న వయస్సులో ఎందుకు చావాలని అనుకుంటున్నావు అని ఆమెను ఆపుకోలేక అడిగాను. కాని ఆమె దానికి

ఏమి చెప్పకుండానే నా నుండి దూరంగా వెళ్ళిపోయింది. కాని నేను పట్టు వదలని విక్రమార్కుడిలా మళ్ళీ మళ్ళీ భగీరథ ప్రయత్నం చేస్తూనే ఉన్నాను. ఎన్ని సార్లు నా ప్రశ్నలకు కేవలం ఓ విరక్తితో కూడిన ఓ నవ్వేతప్ప ఇంక ఏమి సమాధానం చెప్పని ఓ మౌనమే నాకు బదులౌనాయి. అయినా సరే మనస్సు ఆగలేదు. తనని పరిపరి విధాలుగా అదే ప్రశ్నను వేయమంది. కాని ఎలా? ఎలా? నన్ను ఆ ప్రశ్న వేదించింది. నేను నా గదిలో కూర్చుని తదేకముగా ఆలోచిస్తూ అంత చీకటిగా ఉన్న ఆకాశంలో చుక్కల్లో ఓ చుక్కానిగా ఆమె గది మాత్రం ఓ చిన్న కాంతిలో వెలుగుతుంది.

కమాన్ ప్రశాంత్ ఏమి చేయబోతున్నాను. ఆమె గది నుండి నా దిశగా వీచే గాలి కూడా ఏమి నన్ను ప్రశ్నించవా, నా మౌనాన్ని చేదించవా, నా గుండెలోతులో నిదురించే బావాలకు, స్వేచ్ఛనివ్వవా చెప్పు చెప్పు అంటూ నన్ను పలుకరిస్తుంది. ఆరోజు రాత్రంతా నిద్ర పోకుండా ఆమె గది వైపు చూస్తూ ఆలోచిస్తూ ఆమె మౌనాన్ని చేదించాలని ఆకాంక్షిస్తూ అదే కుర్చీలోనే నిదురపోయాను.

ఆరోజు తెల్లవారు జాముననే నాకు మెలుకవ వచ్చింది, లేచాను. పక్షుల కిలకిల రావ్వలతో సెలయేటి పరవళ్లులతో ఈ పచ్చని ప్రకృతి నాకు స్వాగతం ఇచ్చింది. కాని నా

మనస్సు అదె ప్రశ్నతో నిండి పోయింది. కాని నేను ఏమి చేయను. ఇలాకాదు అని కాస్త మనస్సుకి ప్రశాంతత కోసం నేను జాగింగ్‌కి బయలుదేరాను అలా కాసేపు చేసిన తరువాత అటుగా మా వైద్యశాల వైపుకి నా మనస్సు పరవళ్ళు తొక్కింది. ఇంతలో అటుగా తన రూమ్ కనిపించింది అటుగా నా కాళ్ళు లాగేసాయి వెళ్ళిపోయాను. అక్కడ నాకు కొన్ని మాటలు వినిపించాయి. ఏమ్ శశి లే త్వరగా లే మనకి చాలా బద్ధకం ఎక్కువవుతుంది. గెట్-ఆప్ డియర్ గెటాప్ అన్న మాటలు నాకు వినిపించాయి. ఆ గదిలో చూస్తే ఎవ్వరు లేరు అమె తప్ప కాని ఆమె మాత్రం సరిగ్గా

మామయ్య చెప్పినట్లు ఓ గోడవైపునకు చూస్తూ లేలే నాన్నా లే అని తనను తాను నిదుర నుండి మేలుకొలుపుతుంది. అది చూసి నేను ఆశ్చర్యానికి లోను అయ్యాను ఏంటి? ఈమె ఎవరితో మాట్లాడుతుంది. శశి ఎవరు? ఈమె పూర్తి పేరా లేక ఎవరినైనా ఈమె కోల్పోయిందా లేక వారిని అలా ప్రేమగా తనతో ఉన్నట్టు ఊహిస్తుంది అని ఆలోచించాను కాని నాలో మెదిలే అన్ని ప్రశ్నలకు జవాబు అమె గురించి వ్రాసి ఉన్న అమె పర్సనల్ ఫైల్ అని నాకు స్ఫురణకు వచ్చింది. అనుకున్నదే తడవుగా వెళ్ళి ఆమె ఫైల్ ఓపెన్ చేశాను కాని దాంట్లో ఆమె పేరు మానస అని మాత్రమే వ్రాసింది ఇంక

ఏమిలేదు మరి శశి ఎవరు? నాలో ప్రశ్న. ఆమెనే అడగాలన్న ఆలోచన కాని చెప్పదేమో అన్న అనుమానం, సంఘర్షణ ఎలా? బాగా ఆలోచించాను. తిరిగి వస్తుండగా ఆమె నాకు కనిపించింది. మొక్కలకు నీళ్ళు పోస్తూ ఆమె దగ్గరకు వెళ్ళి మానస నీపేరు శశా అని మెల్లగా అడిగాను దానికి ఆమె అది నీకు అనవసరం. నువ్వు ఎవరు? నన్ను అడగటానికి? నాపేరు శశి కాదు అయినా శశి ఎవరు అయితే నీకు ఎందుకు. ఇట్స్ నన్ఆఫ్ యువర్ బిజినెస్ అని చెప్పి విసురుగా వెళ్ళిపోయింది. నేను ఆమె వెనకాలే వెళ్ళాను కాని తాను అప్పటికే డోర్ వేసేసింది. పర్సనల్ ఫైల్ ఓపెన్ చేసినప్పుడు

తెలిసింది ఆమె పుట్టిన రోజు రేపు అని ఎందుకో ఆమెకు విష్ చేయాలనిపించింది. అలా చేయటం వల్ల అయినా ఆమె ముఖంలో ఆనందం చూస్తానేమో అని ఆశపడ్డాను. ఆరోజు తెల్లవారగానే వెళ్ళి మానసా అని ఆమెకు విష్ చేశాను. ఆమె చాలా ఆనందంగా మరియు ఆశ్చర్యంగా థ్యాంక్స్ డాక్టర్ అంది. నా పుట్టినరోజు మీకు ఎలా తెలుసు అంది. పర్సనల్ ఫైల్లో చూసాను. సరే లెట్స్ బీ ఫ్రెండ్స్ అన్నాను దానికి కాసేపు ఆలోచించింది డాక్టర్ నువ్వు చాలా బాగున్నావు. నీవు నన్ను స్నేహితురాలు అన్నందుకు కృతజ్ఞతలు. శశి పేరు గురించికాని, నువ్వు ఎందుకు ఇక్కడ

వున్నావు అని కాని అడిగావో నేను నీతో మాట్లాడను నో ఫ్రెండ్స్ ఓన్లీ డాక్టర్ & పెషంట్ చెప్పు అంది. నేను సరే అన్నాను. సరే చెప్పు నీ పుట్టిన రోజు నీకు ఏమి బహుమతి కావాలి అన్నాను. తాను దానికి నువ్వు ఇవ్వవులే అంది. లేదు చెప్పు నీకు ఏమికావాలో అది ఇస్తాను అన్నాను. ఆమె నాకు బయట ప్రకృతి అంతా చూడాలనివుంది. డాక్టర్ ప్లీజ్ చూపిస్తావా అని ఆశగా అడిగింది. సరే అన్నాను. నిజంగానా! అని ఆశ్చర్యంగా నావైపు చూసింది. అయితే మావయ్యకు తెలియకుండా తీసుకెళ్ళా లనుకున్నాను. అలాగే వీలు అయ్యింది. మావయ్య ఏదో పనిమీద వెళ్ళారు. ఇద్దరం

కలిసి బయలుదేరాము కార్లో. ఆ గాలి, ఆ పచ్చని ప్రకృతి చూసి తాను పసిపాపలా కేరింతలు కొట్టింది ఆమె ఆనందాన్ని చూసి నేను కూడా ఆమెతో ఆ ఆనందంలో పాలుపంచుకున్నాను. ఆమె పసిపాప అయిపోతే చూసి నేను ఆనంద పడ్డాను. ఆ సెలయేటిలో ఆటలు ఆడింది, పాటలు పాడింది, ఆనంద పరవశిత్తు రాలయ్యింది. ఆ పువ్వులా, నవ్వులా ఆ నీటిలో తాను పరవడిగా మారింది.

ఆమెను చూస్తు అలా జీవితాంతం గడపాలనే ఆశ ఎక్కడో నా మనస్సుకి వచ్చింది కాని సంభళించుకున్నాను మళ్ళి యథాతదంగా ఆమె వైపు చూసాను. అక్కడ ఆమె ఆ

ఆనందంతో అచ్చంగా తొలకరి జల్లుకు అప్పుడే ధరణి ఆవిర్భావించి బీజంగా. ఓ అప్పుడే పుట్టిన గిరికీ పుష్పంలా పైకి వచ్చింది. తన ముఖం సంభర ఆశ్చర్యాములో మునిగి పోయింది. హై డాక్టర్ నాకు చెట్టు ఎక్కి మామిడి కాయలు కోయి అంది నాకు ఆశ్చర్యం వేసింది. నేను మామిడికాయలు కోయటమా అని నాలో నేను నవ్వుకున్నాను. ఇంతలో తాను డాక్టర్ ఏంటి ఆలోచిస్తున్నావు రా వచ్చి కోయి 6.2 ఉంటావు అంత పొడుగ్గా ఉన్నావు కోయి బాగా అందుతాయి అంది నాకు నవ్వు వచ్చింది. నాటీ గర్ల్ సరేనని ఎక్కి కోసాను అండ్ షీ వాస్ సో హ్యాపీ నాకు జీవితంలో అదో కొత్త అనుభవం

మరచిపోలేను.వెళదామా అంది. నేనుసరే అన్నాను ఇద్దరం కార్లో బయలు దేరాం మానస అలసి పోయింది కదా కాసేపటికే కారులో నిద్రపోయింది. సీట్ పై ఉన్న తన తల జారిపోబోతుంటే నేను నా గుండెపైకి తీసుకున్నాను. తీసుకున్న క్షణానికి తాను నన్ను పసిపాపలా అల్లుకుంది. నా కాలర్ గట్టిగా పట్టుకొని తాను నిదురపోయింది బాగా హాయిగా. ఆమె అలా పసిపాపలా నిదురు పోతుంటే ఎంత బాగుందో. ఆ ఆత్మీయ బంధంలో కరిగి పోయాను ఓ క్షణం లోకాన్ని మరచిపోయాను ఆ మాయమరుపులో అసలు ఎలా ఇల్లు చేరామో కూడా అర్థం కాలేదు.

ఇంక నన్ను నేను సర్దుకొని ఇంటికి దగ్గరగా చేరాను, నా అదృష్టం మామయ్య అప్పటికి ఇంటికి రాలేదు. నిదురపోతున్న ఆమెను నిద్రలేపాలనిపించలేదు. అలాగే హాయిగా నిదురిస్తున్న ఆమెను అలాగే నా చేత్తులతో ఎత్తుకొని ఆమె గది దాకా తీసుకెళ్ళి నిదురింపజేసాను. అసలు ఆమె నిదురకు ఏమాత్రం భంగం రాకుండా. నిదురిస్తున్న ఆమెను అలాగే చూడాలనిపించింది. ఎందుకో తెలియదు మరి. రేయ్ ప్రశాంత్ ఏంటో మనకి ఈ బంధం ఇంక రూమ్‌కి వెళ్ళిపోయాను. పొద్దున్నే లేచాను వెంటనే ఆమెను చూడటానికి వెళ్ళాను. తాను అప్పటికే లేచింది. అక్కడ

ఎదురుచూస్తున్నట్లు నాకు కనిపించింది. వెంటనే ఆమె దగ్గరకు వెళ్ళాను. హాయ్ డాక్టర్ అని పలకరించింది హాయ్ రాత్రి ఎప్పుడు ఇంటికి వచ్చాము నువ్వు నన్ను ఎప్పుడు రూమ్‌లో వదిలేసి వెళ్ళిపోయావు అంది. అప్పటికే ఆలస్యం అయింది అందుకే. నిన్ను నిద్రలేపకుండా రూమ్‌లో వదిలేసి వెళ్ళిపోయాను రా అన్నాను, కాని నిన్న చాలా బాగుంది. నేను చనిపోయినా నీ రుణం తీర్చుకోలేను. చాలా థ్యాంక్స్ డాక్టర్ అని కన్నీళ్ళతో నాకు కృతజ్ఞతలు తెలిపింది. తన కంట్లో నీళ్ళు చూడగానే నా కంట్లో నీరు ఆగలేదు. రేయి అలా మాట్లాడకు ... రా ప్లీజ్

నేను నీకోసం ఏమిచేశానని చెప్పు బాధపడకు నాతో ఎవరు ఎప్పుడు ఇలా చెప్పుకొని బాధపడలేదు. తనుకుడా అలా బాధపడి అనింది నా కోసం ఎవరు ఇలా ఏడవలేదు తెలుసా అనింది. నా రెండు చేతులని తన రెండు చేతుల్తో పట్టుకొని తన తలను నా చేతిపై వాల్చి ఏడ్చింది. నేను తనని ఓదార్చినాను, తనను రూమ్ దాకా తీసుకు వెళ్ళి పడుకో బెట్టాను. కాసేపు రెస్ట్ తీసుకో నేను మళ్ళీ కలుస్తాను అని బయలుదేరాను. ఇంతలో తాను డాక్టర్ అని పిలిచినట్లు అయ్యింది. తన దగ్గరకి వెళ్ళాను. ఏంటి? మానసా అన్న నీతో మాట్లాడాలని ఉంది. ఎప్పుడు కలుస్తావు మళ్ళీ

నన్ను అంది. నువ్వు పడుకో నేను రౌండ్స్ వచ్చినప్పుడు కలుస్తా అని చెప్పి వెళ్ళిపోయా. తరువాత మామయ్య సిటికెళ్ళి మందులు తీసుకురా అన్నారు. నాకు మళ్ళీ మానసను కలిసే అవకాశం రాలేదు. నేను వెళ్ళిపోయాను. అక్కడ రెండు రోజులు ఉండాల్సివచ్చింది. మనిషి ఇక్కడ అయితే ఉన్నాను కాని మనస్సు మాత్రం తన దగ్గర తాను నాతో మాట్లాడాలని ఉంది అంది. మరి తన మనస్సు బావకు స్వేచ్ఛ ఇవ్వాలనుకుందో ఏమో మరి ఛా అనవసరంగా తనకు దూరంగా వచ్చాను కాను ఏమి చేయలేని అశక్తుడను. ఇంతలో ఊరికి బయలుదేరాను వెళ్ళిన వెంటనే మామయ్యకు మందులు ఇచ్చేసి

నేను వెంటనే మానస గది దగ్గరకి వెళ్ళాను. కాని తాను అక్కడ లేదు ? మానస ఏది అని అక్కడ ఉన్న వార్డ్ బాయ్‌ని అడిగాను దానికి అతను తాను నిన్న చాలా గొడవ చేసింది మందులు ఇంజెక్షన్ వద్దంది. ముందుకన్నా చాలా అల్లరి చేసింది బయటికి వెళ్ళిపోతానంది. ఒక బాయ్‌ని కట్టెతో కొట్టింది. ఇక గత్యంతరం లేక ఆమెకు షాక్ ట్రీట్‌మెంట్ ఇవ్వాల్సి వచ్చింది. షాక్ ట్రీట్‌మెంట్‌టా! తాను ఎక్కడ ఉంది పరుగేత్తి చూశాను, తాను ఏడుస్తూ నిద్రపో తుంది. తనను బాగా కొట్టారు, తన దగ్గరకు వెళ్ళాను, వెళ్ళి తన తలపై చెయ్యి పెట్టి మానస అన్నాను, అంతలో తాను నెమ్మదిగా

కళ్ళు తెరిచి డాక్టర్ అని నన్ను బలంగా కౌగిలించుకుంది ఎంత గట్టిగా అలింగనం చేసుకొంది అంటే ఓ పసిపాప తనకు దూరమైన తన వాళ్ళు తనకు దగ్గర అయితే ఎంత గట్టిగా కౌగిలించు కుంటుందో అంతే గట్టిగా తాను నన్ను హత్తుకుంది. ఏంటి...రా మానసా ఏంటి అన్నాను తాను ఏడుస్తూనే ఉంది నన్ను వదిలేసి వెళ్ళిపోతావా అని నా కాలర్ పట్టుకొని అడిగింది. లేదు...రా నేను ఇంక నిన్ను వదిలేసి వెళ్ళను అని చెప్పాను. సరే...రా ఎందుకు ఇలా జరిగింది అన్నాను లేదు డాక్టర్ ఆరోజు నువ్వు బయటికి తీసుకెళ్ళావా అది నాకు చాలా నచ్చింది పైగా నేను అడగ్గానే సరేనన్న నీ

మనస్తత్వం నాకు ఆనందాన్ని ఆశ్చర్యాన్ని కలిగించాయి. ఇంక ఏంటో బాగా అనిపిం చింది. మాటలకు అందని వర్ణన అది. నా మనస్సు తప్ప మరి ఏది వ్యక్తపరచలేని భావనా అది అంటున్నా ఆమె మాటల్లో ఓ రచయిత్రిని నేను చూడగలిగాను. నాకు ఆశ్చర్యం అనిపించింది. అయితే నాకు నిన్ను ఆ చోటికి తీసుకెళ్ళి మాట్లాడాలనిపించింది. నీ కోసం అడిగాను తెలియదు అన్నారు. పొద్దున ఎదురుచూశాను నువ్వు రాలేదు సాయంత్రం దాకా చూశాను నువు రాలేదు కాని ఏమి చేయను నాకు నీతో కాక పోయినా కనీసం నువ్వు నేను కలిసి తిరిగినా ఆ చోటుతోనైనా

మాట్లాడాలని అనిపించింది, ఆ నీటిలో ఆడాలనిపించింది అందుకే గోడ దూకాను జారిపడ్డాను. నేను పారిపోతున్నానని ఇంక తిరిగి రాను అని అనుకున్నారు కాని తిరిగి వస్తానని తెలియకక వాళ్ళు నన్ను బాగా కొట్టారు. ఇంక షాక్ట్రిట్‌మెంట్ ఇచ్చారు. ఇదే మొదటిసారి అవ్వటంతో నా మెదడులో నరాలు పట్టు తప్పినట్లుగా ఉంది డాక్టర్ అంది, అమె మాటలకు నా కంటిలో నీరు ఆగలేదు. అమె చేయితో నా కన్నీటిని తుడిచింది. తాను నాతో ఒక మాట చెప్పింది.

దూరమైన నీ వాళ్ళు

నిన్ను వదిలేసినా నీ కన్నవాళ్ళు

నీ కడుపు నింపక పోయినా

ఈ చేతి వేళ్ళు

రెప్ప ఎడబాసిన నీవాళ్ళు

తోడుగా ఉంటాయి నీ కన్నీళ్ళు

వదిలేసి నానివాళ్లు నువ్వు మనిషివని

గుర్తుచేస్తాయి ఆ నీళ్ళు కన్నీళ్ళు.

ఆమె మాటలు నాకు ఆశ్చర్యం ఆమె ఏంటి అస్సలు ఎందుకు? ఇలా ఇక్కడ అన్న ప్రశ్న మళ్ళీ నన్ను వేదించింది. మానసా అని ప్రశ్నలా వర్షం కురిపించబోతూనే ఆమె డాక్టర్ నాకు బాగా ఆకలిగా ఉంది. నేను రెండు రోజుల నుండి అస్సలు ఏమి తినలేదు అన్న మాటలు నాకు బాధ కలిగించాయి. ఇంతలో

అమెకు అన్నం పెట్టలేదా అని అడిగాను, లేదు సార్ పెట్టినా తినేది కాదు, మిమ్మల్ని అడిగేది అంతే సార్ ఇప్పుడు తీసుకురానా అని తీసుకొచ్చాడు. నాచేతులతో ఆమెకి అన్నం తినిపించాను. ఆమె చాలా తొందరగా ఆవురు ఆవురుగా అన్నం తినింది. చాలా కడుపు నిండిందా ఇంకా కొంచెం తెమ్మంటావా అని అడిగాను చాలు అన్నది. మానస ప్లీజ్ నువ్వు ఎందుకు? ఇక్కడ వున్నావో అన్న ప్రశ్న నాలో నేను వేసుకున్నాను కాని ఆమెని అడగలేదు. ఎందుకో నాకు అడగాలనిపించలేదు. ఇంతలో ఆ రోజు నా పుట్టిన రోజు ఆ రోజు మావయ్య చాలా పెద్దగా చేశాడు అందరికి స్వీట్స్ భోజనం పెట్టారు. ఇంతలో మానస నా దగ్గరకు పుల్లాతో

వచ్చింది హ్యాపీ బర్త్డే టు యు డాక్టర్ అంది థాంక్యూ డాక్టర్ నాదో కోరిక డాక్టర్ ప్లీజ్ ఏమి అనుకోవద్దు ఎందుకంటే ఏంటి...రా ఈ అమ్మాయి నా పుట్టిన రోజు తన కోరిక చెబుతుంది నో ఇట్స్ ఓకే అని అన్నాను. ఏమీ లేదు నాదగ్గర డబ్బుంటే నేనే ఇచ్చే దానిని కాని నా దగ్గర లేవు ఏమి చేయను. ఏంటి... రా ఆ మాటలు ఏమి కావాలో చెప్పు అన్నాను. ఏమి లేదు డాక్టర్ నాకు నిన్ను చూస్తుంటే అచ్చం ఆకాష్లాగే కనపడుతున్నావు ఎందుకో అలాగే అనిపిస్తున్నావు. ఆకాష్ ఎవరు? అన్నాను ఏదో లోలోపల నాకే తెలియని ఓ చిన్న బాధతో. తను దానికి నా ఓదార్పు నా కంటికి తుడుపు నా కళలకు రూపం. ఇంతకీ ఎవరు? అన్నాను.

ప్రస్తుతానికి ఇంతే ప్లీజ్ నాకోసం నువ్వు నేవీ బ్లూ షర్ట్ వేసుకో అది ఆకాష్‌కు సెట్ అవుతుంది. నీకు ఆ పోలికలు ఉన్నాయి కనుక నీకు బాగుంటుంది అంది. నాకు ఏమి అర్థం కాలేదు సరే ఆమె కోసం వేసుకోవాలనిపించింది కాని అతను ఎవరు? ప్రియుడా! స్నేహితుడా? అతని పోలికలలో నేను ఉన్నందుకు తాను నాతో బాగుందా? ఆమె నన్ను స్నేహితుడిగా చూడలేదా? తన పాత ప్రియుడిగానే చూస్తుందా అసలు అని అలోచించాను ఏమో ఏది అయితే అది నాకు అవన్నీ ఆలోచనలే కాని నేను ఆలోచించలేదు. కేవలం ఆమె అడిగన దాన్ని చేయాలనిపించటం తప్ప ముందు ఇవన్నీ స్ఫురించినా. కాని తరువాత నాకు తన

సంతోషం ఒక్కటే. నా మనస్సులో మెదిలింది అనుకున్నదే తడవుగా వెంటనే నేవీ బ్లూ షర్ట్ వేసుకున్నాను. తనకు చూపించాను వావ్ చాలా బాగుంది నువ్వు చాలా బాగున్నావు అంది థ్యాంక్స్ అన్నాను. ఇంతకీ అతను నాకు తెలియాలి అని అడిగాను. మానస నా పుట్టిన రోజు బహుమతిగా నేను నిన్ను ఒకటి అడగాలనుకున్నాను అన్నాను, తాను దానికి నా దగ్గర ఏముంది డాక్టర్ నేను ఏమి ఇవ్వగలను చెప్పు అంది కంటి నిండా నీరుతో, మానస నేను అడిగింది నువ్వు తప్పకుండా ఇవ్వగలవు అది నేను ఇవ్వగలిగినది అయితే తప్పకుండా ఇస్తాను చెప్పు ఏంటి అంది. మానస నువ్వు ఎందుకు ఉన్నావు ఇక్కడ చెప్పు

మేధావిలాగా మాట్లాడతావు మళ్లీ నీలో నీవు మాట్లాడుకుంటావు చావాలంటావు పిరికి దానిలా, బ్రతుకు గురించి మాట్లాడుతావు జీవితాన్ని కాచి ఒక్కపోసిన దానిలా. ఏంటి మానస మొన్న పొద్దున నీ గదికి వచ్చాను. అక్కడ నీవు శశి లేలే అంటూ నిన్ను నువ్వే నిద్రలేపుకున్నావు మావయ్యను అడిగితే కూడా నీ గురించి ఈ వివరాలు తప్ప ఇంక ఏమి చెప్పలేదు. మానసా నీ సమస్య గురించి నీకన్న బాగా ఎవరు చెప్పలేరు నా నమ్మకం నువ్వు పిచ్చిదానివి కాదు అన్నది నా విశ్వాసం ఎందుకంటే ఇక్కడ వైద్యం పొందుతున్న అందరూ తమ స్థితి తమకే తెలియని వారు, వారు అతి కష్టం పైనా సంతకం మాత్రం

చేయగలిగిన వారు మిగతా వారు అది కూడ లేదు. కాని మరి నువ్వు డైరి వ్రాస్తుంటావు ఇవన్నీ ఎవరో నాకు చెప్పినవి కాదు నాకుగా నేను గమనించాను. ఇదే నేను నిన్ను అడిగే కానుక అని అనేశాను కాని లోపల చిన్న భయం తాను ఎలా స్పందిస్తుందో తెలియదు. ఇంతలో డాక్టర్ నన్ను ఆ చోటికి తీసుకెళ్ళతావా అని అడిగింది. సరేనని ఇద్దరు అక్కడికి వెళ్లాము చల్లటి గాలి వీస్తున్నా సమయం తాను అన్న ఒక్క మాట నన్ను ఆశ్చర్యానికి గురి చేసింది. అదేంటంటే డాక్టర్ నేను పిచ్చిదాన్ని కాను, నన్ను పిచ్చిదాన్ని అనుకుంది ఈ లోకం, మరి ఏంటి నీలో నువ్వు మాట్లాడుకుంటున్నావు కదా మానసా అని అడిగాను డాక్టర్ ఎవరు లేని ఓ

మనిషి తన మనస్సునే స్నేహితురాలిగా అనుకోవటం తప్పా పిచ్చితనమా డాక్టర్ చెప్పు నాకు అర్థం కాలేదు...రా అన్నాను. చెప్తాను డాక్టర్ నీకు ఏ రోజు ఆ రోజుకు ఈ విషయాలు చెప్పాలనే నేను అనుకున్నాను. కానీ ఏదో తెలియని భయం. నీతో ఇవన్నీ పంచుకోవచ్చా లేదా అన్న అనుమానం. నన్ను ఆపేశాయి డాక్టర్ సరే! నా గురించి నువ్వు తెలుసుకోవాలి అంటే నువ్వు నాతో 12 ఏళ్ళు వెనక్కి రావాలి. అప్పుడు సరిగ్గా 7 ఏళ్ళు మా తాతగారు చాలా చాలా మూర్ఖుడు ఇంకా రాక్షసుడు మా నాన్న తాగుబోతు అవటంతో మా నాన్న జీతం సరిగ్గా ఇచ్చేవాడు కాదు. ఇంక మా ఇల్లు తాతగారే పోషించేవారు. ఆయన ప్రతిదానికి నన్ను

కొట్టటం తిట్టటం చేసేవారు. దీనికి తోడు అత్తమ్మవాళ్ళ కుటుంబంతో సహా ఇంటిపైన ఉండేది. అత్త, నాయనమ్మ, తాత అందరం కలిసి ఒకే చోట ఉంటూ ఉండే వాళ్లము నేనూ అలా చిన్ననాడే ఎంతో మానసిక సంఘర్షణ ఎదుర్కొన్నాను. ఒక విచిత్రంగా వాళ్ళు అమ్మను బాగా ఏడిపించేవారు దానితో ఆ బాధ తట్టుకోలేక తన సంఘర్షణ వాళ్ళపై వున్న కోపం నా మీద చూపించేది. నాన్న ఇవేవి పట్టించు కొనేవాడు కాదు. ఇవన్నీ గుర్తుకు వచ్చేవి. స్కూలు లో బాగా ఏడ్చేదాన్ని ఎందుకు ఏడిచే దాన్నో పిల్లలకు, టీచర్కు అంతుపట్టక నన్ను అందరు వదిలేసేవాళ్లు స్నేహం చేసేవాళ్ళు కాదు. లంచ్లో ఒక్కదాన్ని తినేదాన్ని స్కూలు

అంతా ఒక్కదాన్నే తిరిగేదాన్ని, నన్ను అందరు వదిలేశారు. నాతో ఎవ్వరు స్నేహం చేసేవారు కాదు. నా ఏడుపు ముఖం చూసి ఇంక అలా నాకు ఎవరు స్నేహితులు లేకపోవటం వల్ల నా భావాలను ఎవరితో పంచుకోవటానికి నాలో నేను మాట్లాడుకోవడం మొదలు పెట్టాను, నాకు ఫస్ట్ లాంగ్వేజ్ తెలుగు కావటంతో నాకు తెలుగు బాగా వచ్చు. చంద్రుకి ఇంకో పేరు శశి అని నాకు తెలిసింది. ఆ పేరంటే నాకిష్టం అందకే ఆ పేరు పెట్టి నన్ను నేను పిలుచుకునేదాన్ని ఐ మీన్ మనస్సుకి పేరు పెట్టి అలా పిలుచుకునేదాన్ని అందుకే అలా నన్ను నేను శశి! అని పిలుచుకొనేదాన్ని అలా అప్పటి నుండి ప్రశాంత్ ఐ మీన్ డాక్టర్ అనేసింది. హే

మానసా యు కెన్ కాల్ మీ ప్రశాంత్ అండ్ ఐ లైక్ ఇట్ నవ్వింది. సరే అని మళ్ళీ తన గతం చెప్పటం ప్రారంభించింది. ఈ కష్టంకి తోడు నాకో తమ్ముడు పుట్టాడు నేను పుట్టినా తరువాత వాడు పుట్టాడు కదా నా కష్టంకి తోడు లింగ వివక్ష ఎదురయ్యింది. ఇంక వాడు కాస్త గారాబంగా మగ పిల్లవాడు, వంశోద్దారకుడు కదా మరి, నాకే వాడి బాధ్యత అప్పజెప్పినారు, నేను ఏదో పెద్ద దానిలా వాడు అన్నిటికి మొండి చేసేవాడు! నాకు మాత్రం నోరు లేదు అన్నింటికి భయం! అందుకే అన్ని అశలను చంపుకోవడం మొదలుపెట్టాను. అదేంటో వాడి కోసం నాన్న దగ్గర డబ్బులు చాలక నా కోరికలను నేనే అణుచుకున్నాను ఇంకో విచిత్రం ఏంటి అంటే

తాత వాడినే బాగా చూసుకునేవాడు, నాపై అరిచేవాడు. ఎందుకో మరి ఇవ్వన్ని ప్రశ్నలకు నా దగ్గర ఎప్పుడు సమాధానం లేదు! ఒక రోజు నాకు భయం తాతగారిపై మరి మరి పెరిగిపోవటానికి కారణమైనా సంఘటన జరిగింది. అప్పట దాక ఏదో ఓ దెబ్బ వేసి గట్టిగా అరిచే ఆయన ఆ రోజు నేను చేసిన చిన్న తప్పుకే నన్ను చాలా కొట్టారు. దానికి బాగా జ్వరం వచ్చింది! ఇంకా ఆయన కొట్టేటప్పుడు నన్ను ఎవరు కాపాడలేదు! కారణం ఆయన అంటే భయమా లేక నేనంటే ప్రేమ లేకపోవడమ అన్న ప్రశ్నలకు సమాధానం నా దగ్గర లేదు అంటూ ఏడ్చింది. ఆమెను చూచి నా కళ్ళు కూడా చెమర్చాయి. అలా

నా కళ్ళు ఎందుకు అయ్యాయి. నాకు తెలియదు కాని నా భావానికి అర్థం కొంత కాలానికి అర్థమైతుంది! మళ్ళీ నన్ను నేను సర్దుకొని తన గతం విన్నాను. ఈ సంఘటన ఇలా నన్ను భయస్తురాలిగా మార్చింది అంటూ చెప్ప సాగింది. మొదటిసారి నాకు ఆత్మహత్య చేసుకోవాలని ఆలోచన కలిగి మనస్సులో నటుకు పోయిన సంఘటన అది!

అప్పుడు నాకు సరిగ్గా 10 ఏళ్లు ఉంటాయి. ఆరోజు ఇలా అమ్మకి నాన్నమ్మ వాళ్ళకు ఏవేవో గొడవలు పెద్ద పెద్ద అరుపులు నేను చిన్న పిల్లని కాబట్టి అప్పుడు, నాకు వాళ్ళు ఎందుకు గొడవలు పడుతున్నారో అర్థంమ య్యేది కాదు. ఇలా గొడవలు ఎప్పుడు జరిగేవి

కదా అని అనుకున్నాను. నేను తమ్ముడు ఆడుకుంటూ కూర్చున్నాము. మా అమ్మ వెంటనే నన్ను లాక్కొచ్చి నన్ను వెనకాలికి తీసుకెళ్ళింది. అక్కడ మా నాయనమ్మ పెద్ద అమ్మ వారిస్తున్నా నా పైన కిరసనాయిలు పోసేసింది! ఆడపిల్లవు అని తల్లి లేక ఉండకూడదు, వాడు మగ పిల్లవాడు వాడు ఎలా అయినా బ్రతికేస్తాడు. నా ఈ బాధలకు ఈ కష్టాలకు అన్నింటికి చావే పరిష్కారం అంటూ గట్టిగ అరిచింది. నేను చావు భయంతో బాగా ఏడుస్తూన్నపుడు అమ్మా అగ్గిపుల్ల గీసింది! కాని మా నాయనమ్మ పెద్ద అమ్మ వారించారు. మా ఇద్దరిపై నీళ్ళు పోసి ఇంటిలోకి తీసుకెళ్ళారు. కాని ఆ సంఘటన ఆ మాటలు నా హృదయంపై చెరగని ముద్ర

వేశాయి. అన్నీ కష్టాలకు ముగింపు చావేనని చస్తే అన్నీ కష్టాలు తీరిపోతాయి అని నా మనస్సుకు అనిపించింది. ఇంకా చిన్నప్పటి నుండి ప్రతి కష్టానికి నేను చావే శరణం శరణ్యం అనుకున్నాను చాలా సార్లు చావాలని ఆలోచిస్తూ సూసైడ్ టెండెంన్సిని డెవలప్ చేసుకున్నాను. ఆ రోజు చివరిసారి అమ్మ నాపై కిరోసిన్ పోసినప్పుడు నేను చావు భయంతో ఏడవటం అదే చివరిసారి. ఇక మళ్ళీ ఏడవలేదు. ఇంక చావు భయం కన్న చనిపోవాలన్న కోరిక ఎక్కువగా పెరిగిపోయింది. నేను మ్యాథ్స్‌లో పూర్ అందులో ఏంటి నేను అసలు చదువులోనే చాలా పూర్ మార్కులు తక్కువ ప్రతిసారి

చావాలని కోరికతోనే సరిగ్గా శ్రద్ధపెట్టక టెన్త్ ఫెయిల్ అయ్యాక కూడా చావాలనుకునేదాన్ని అలా రెండోసారి కట్టి పాస్ అవ్వాల్సివచ్చింది. ఇంకా ఇంటర్‌లో సి.ఇ.సి. తీసుకున్నా అక్కడ నాలో బావాలని కవితలగా వ్రాసుకోనేదాన్ని, అక్కడ తాతగారు చనిపోయారు, అత్తయ్య ఇల్లు వదిలి వెళ్ళిపోయింది. నా మానసిక సంఘర్షణ కొంత వరకే తీరింది కాని లింగ వివక్ష అలాగే కొనసాగింది. వాడికే అన్నీ కొని ఇచ్చేవారు. వాడు వేరు నువ్వు వేరు అనేవారు నువ్వు ఆడపిల్లవి ఈడపిల్లవి కాదు నీ ఇల్లు ఇది కాదు. వేరే అది అత్తగారి ఇల్లు అంటూ అమ్మా నాన్న ఇలా నా బాధ అన్నింటినీ కవిత్వాలుగా వ్రాసేదాన్ని వారు పదే పదే వారించేవారు.

అందుకు ఇక వాళ్ళకు చెప్పలేదు. ఆపేస్తారన్న భయం! నాకు కవిత్వం పుస్తకాలుగా ప్రింట్ చెయ్యాలని కోరిక కాని అవ్వలేదు. మాటవరసకు అన్నారో మనస్సులో అన్నారో నాకు తెలియదు గాని మొత్తానికి వాళ్ళ మాటలకి నా తమ్ముడి మీద మాత్రం బాగా ప్రభావం చూపించేశాయి. వాడు ఇంటి రాజులా నేను రేపో మాపో వెళ్ళిపోవాలని వాడు ప్రవర్తించేవాడు. అప్పుడు నా మనస్సుకు అనిపించింది.

ఎవరిని నేను ఎవరిని

ఆది శక్తి అంశంనీ

ఏ వంశము లేని అంశంనీ

అందరు జాలి చూపుతూ

చర్చించే అంశంనీ

ఎవరని నేను ఎవరిని

అమ్మ పుట్టిళ్ళు దాటితే!

ఇల్లు లేని బాలికను

అబలను వివక్ష

అన్న బలంతో అణచివేయబడ్డ

ఆబలను నేను! దిన దిన గండంబుగా

నూరేళ్ళ అయుషుగా

జీవితాన్ని పోరాటంగా

యుద్ధం సాగించు

వెళ్ళ సావాళ్లను ఎదుర్కునే

అబలను నేను

ఎవర్ని నే నెవర్ని

అలా కొన్ని నెలలు నేను నా ప్రతి బాధను కవిత రూపంగా వ్రాసుకుంటూ ఉండే దాన్ని. నాకు ఫిఫ్త్ క్లాస్‌లో స్నేహితులు దొరికారు వాళ్ళే నాకు ప్రపంచం అయ్యారు కాని తక్కువగా ఉండేవాళ్ళు, సంవత్సరాలు గడిచినకొద్ది వాళ్ళకు ప్రియుళ్ళు దొరకడంతో కొంతమంది పెళ్ళిళ్ళ కుదరడంతో సెటెల్ కావటంతో నేను ఇంకా క్రుంగిపోయేదాన్ని కాని ఎలాగైనా నాకు ఒక ప్రేమించేవాడు దొరికితే నాకు వివక్ష నుండి నేను విముక్తురాలిని అవ్వచ్చు అనుకున్నాను. నాకు పెట్టటం దండగ అనుకున్నావాళ్ళకు నా చదువు ఖర్చు పెళ్ళి ఖర్చు లేకుండా చేద్దామని నేను ఎవరికైనా నచ్చుతానా అని నచ్చాలని చాలా ఆశపడ్డా కాని ఎందుకో తెలియదు నన్ను

ఎవ్వరు ఇష్టపడలేదు. నాకంటే కొంచెం కళ తక్కువ ఉన్న ప్రతి ఒక్కరికి ప్రేమించేవాళ్ళు దొరికారు మరి నాకు ఎందుకు దొరకలేదు. నాకు చాలా బాధ కలిగేది. ఎవరైనా ప్రేమిస్తే నన్ను నన్నుగా ప్రేమించే అబ్బాయి దొరికితే అతని పట్టుకొని ఏడవాలని, అతనితో బ్రతకాలని నేను చాలా అనుకున్నాను. కాని ఎవరు దొరకలేదు నన్ను ప్రేమించే అబ్బాయి కనీసం నాకు తోడు ఉంటాడు అనుకునేదాన్ని. నా స్నేహితురాల్లకేమో వయస్సు రాగానే బాయ్ ఫ్రెండ్ దొరికారు. అదేంటో మరి నాకు ఎవ్వరు నచ్చలేదు అలాగే నన్ను ఎవ్వరు నచ్చలేదు. వాళ్ళకు వాళ్ళలో చాలా బిజీ అయ్యారు. నాకు లేకపోవటంలో నన్ను వేరు పురుగులా చూడటం

మొదలు పెట్టారు. వాళ్ళు వాళ్ళు ఒక్కటయ్యి బాయ్ ఫ్రెండ్ లేకపోవటంతో నన్ను దూరం చేశారు. చిన్నప్పటి నుండి ఉన్న ఒంటరి తనం మళ్ళీ నాకు తోడు అయ్యింది.

ఇంక నాలో సూసైడ్ చేసుకోవాలన్న ఆలోచన మరి మరి పెరిగాయి నాలో నేను మాట్లాడుకునే లక్షణం ఇంక పెరిగింది. చాలా సార్లు సూసైడ్ చేసుకోవడానికి ట్రై చేసేదాన్ని. నా డ్రీమ్ బాయ్ పేరు పెట్టి ఆకాష్ అని అతను ఎత్తుగా అద్దాలు పెట్టుకొని సాఫ్ట్‌గా రాకుమారునిలా ఉండాలని నా ప్రతి మాట వినాలని "డైరినే" నా బాయ్ ఫ్రెండ్ గా అనుకుని నేను ప్రారంభించాను. డాక్టర్ ఐ మీన్

ప్రశాంత్ నీన్ను నా డ్రీమ్ బాయ్ అనుకొనే అబ్బాయి లక్షణాలు ఉన్నాయి అంది అందుకే నాకు చాలా ఇష్టమైన బ్లూ షర్ట్ వేసుకోవాలని అనుకున్నాను అందుకే నీకు చెప్పాను. ఆమె మాటలకు నేను నిర్గాంతపోయాను. ఒక క్షణం నా నోట మాట రాలేదు. నన్ను తన డ్రీమ్ బాయ్ం అనుకుంటుందా అనిపించింది. తరువాత ఓ ఆడపిల్ల ఇంత మానసిక సంఘర్షణ అనుభవించిందా అన్న బాధ, మరి ఇక్కడికి ఎలా వచ్చావు అని ప్రశ్నించాను దానికి తాను ఇలా చాలా సార్లు సూసైడ్ చేసుకోవటం, నాలో నేనే మాట్లాడుకొనడం, ఏడ్వడం వాళ్ళు వివక్ష తట్టుకోలేక గొడవపడడం అసలు

ఇవ్వన్నింటతో చదవలేక పోవటంతో నన్ను పిచ్చిది అనుకున్నారు. ఎన్ని సార్లు కాపాడినా నేను మళ్ళీ మళ్ళీ సూసైడ్ ప్రయత్నం చేసుకొనే దాన్ని. నా భావం ఒక్కటే సూసైడ్ కారణాలు ఇవే: 1. అన్ని కష్టాలకు ముగింపు చావు 2. నన్ను ఎవ్వరు ప్రేమించరు. అమ్మ నాన్న గాని స్నేహితులు గాని లేక ఏ అబ్బాయి గాని ప్రేమించరు. 3. నేను చనిపోతే అన్ని కష్టాలు తీరుతాయి. ఎవ్వరికి నేను అక్కర్లేదు. నేను పోతే ఎవ్వరికేంటి? అని బాగా ఏడ్చింది! గుండె నీరు అయింది తను చాలా రోజుల తరువాత నా చెయ్యి గట్టిగా పట్టుకుంది! నాకు కన్నీరు ఆగలేదు! ఒక సారి ఆమెను కౌగిలించేసు

కున్నాను ఆమె నా గుండె నీరు అయ్యింది! ఇద్దరం ఏడిచేము! చాలా సేపు సూర్యుడు వెళ్ళి చీకటి వచ్చేంత సేపు మానసా నేను ఉన్నాగా ఐ బీ యువర్ గూడ్ ఫ్రెండ్ అన్నాను ఓదార్పుగా! ఎందుకో నా గొంతులోంచి నా ప్రమేయం లేకుండా నా గుండె పంపిన మాటలు అవి. 4. బ్రతికి ఉండి ఇలా నరకం చూసేకన్నా చావటం మేలు అనిపించింది అందుకే చాలా ప్రయత్నించే దాన్ని మా మావయ్యా స్నేహితుడు మీ మామయ్యా కావటంతో నన్ను నా తీవ్రమైన ప్రవర్తన తట్టుకోలేక ఇలా ఇక్కడికి తీసుకువచ్చారు. నిజానికి నా ప్రపంచం కన్నా ఇదే మేలు

అనిపించింది! అక్కడ బాధపెట్టే వాళ్లకన్నా వీళ్ళల్లో వీళ్ళు బాధపడే వీళ్లే నాకు నచ్చారు. అందుకే నేను ఇక్కడ తల దాచుకుంటున్నాను. ఇంక ఇక్కడే ఉండాలని అనుకున్నాను. అందుకు నా ప్రవర్తన నీకు అంత విచిత్రముగా అనిపించింది. అంతే గాని నేను పిచ్చిదానిని కాదు డాక్టర్ ఇంక చీకటి పడింది సరే ఇద్దరం వెళ్ళిపోయాము. తన గతం నా మనస్సుని కదిలించింది నేను చాలా ఏడ్చాను. అసలు కన్నీళ్లు నా కన్నుల్లోంచి రావటం అదే ఫస్ట్ టైమ్ ఎంత బాధ అనిపిస్తుందో అంటే ఛ ఓ మనిషిని ఇలా మానసిక సంఘర్షణ కూడా పిచ్చి వాళ్ళు కాకపోయినా పిచ్చి వాళ్ళుగా

నిలబెట్టుతుందని మనవాళ్ళు అనువాళ్ళే ఇలా మానసికస్థితి వల్ల తన మనోగతి తప్పుతుందని నాకు అనిపించింది. ఇక ఆ రెండు రోజులు తన గతమే తప్ప నా మనస్సుకి ఎలాంటి ఆలోచనరాలేదు.

నా మనస్సుకి తాను తన గతం తప్ప ఇంకేమి వినిపించలేదు కనిపించలేదు. పదే పదే తన మాట నిన్ను నా డ్రీమ్ బాయ్ అనుకున్న మాటలే నాకు ఏమి అర్థంకాలేదు. నా మనస్సులో తన స్థానం ఏంటో నాకే తెలియదు. స్నేహమా, ఆకర్షణా, కుతుహలమా ప్రేమా ఏంటో మరి. నేను తనని అనవసరంగా డిస్ట్రబ్ చేసినాన అనిపించింది. తనకి కాస్త దూరంగా

ఉండాలనిపించింది. తన మీద నా ఫీలింగ్ ఏంటో తెలుసుకోవాలని నేను రెండు రోజులు కనిపించలేదు. అసలు అటువైపు వెళ్ళలేదు. కాని తను ఆ రోజు నన్ను చూడడానికి తను ఎలా గొడవ చేసిందో అంతకన్నా గొడవ చేసింది. అప్పుడు నా పేరు ప్రశాంత్ ప్రశాంత్ గట్టి తన పిలుపు హాస్పిటల్లో మారుమోగింది. ఇంతలో ఆయా రాణి మానసను చెంప పగుల కొట్టింది. తను వినలేదు. కిటికీ తీసుంది తనను కొట్టడం నాకు కనిపించింది. మళ్ళీ తన మీద చెయ్యి వేసేలోగా నా మనస్సు ఆగలేదు. రాణి చెయ్యి పట్టుకున్నాను కొట్టకుండా చాలా కోపంతో చంపేస్తా ఇంకోసారి తన మీద

చెయ్యివేస్తే. ఎందుకు చెయ్యి చేసుకున్నావు అన్నాను డాక్టర్ గారు మీరు లీవులో వున్నారు కదా మిమ్మలినే పిలుస్తుంటే మీకు డిస్ట్రబెన్స్ కదా అని అలా చేసాను. అయితే అది నా ప్రాబ్లమ్ నీది కాదు అనేశాను. చాలా కోపం వచ్చింది నాకు. రాణి చెయ్యి వదిలించుకొని వెంటనే నా గుండెల మీద వాలిపోయింది. ఎక్కడికి వెళ్ళిపోయావు అంది బాగా ఏడ్చింది. మళ్ళీ తాను బోజనం చేసి రెండు రోజులు అయ్యింది. మళ్ళీ నా చేతులతో తనకి ముద్ద కలిపా కాని తాను వద్దుపో అని తన బెడ్ ఎక్కి నన్ను పొమ్మని అంటు అటు తిరిగి పడుకుంది. మానసా ప్లీజ్... రా భోజనం చేయి, నాకు

వద్దు సారీ.. రా, నన్ను వదిలి వెళ్ళిపోయావు. నిజంగా ఇవాళ చాలా పని ఉండే వెళ్ళాను ప్లీజ్ క్షమించు సరే నువ్వు క్షమించటానికి నీకు ఏమి కావాలి చెప్పు దానికి తను ఇష్టమైన చోటుకు తీసుకెళ్ళు. బీర్యాని, ఐస్క్రీం ఇప్పించు అని అడిగింది! తన పసితనానికి, మాటలకి ఒకింత బాధ, ఒకింత నవ్వు వచ్చింది ముచ్చటేసింది చెప్పు ఇప్పిస్తాను అంటే క్షమించాను అని వేలు పెట్టి నావైపు చూపిస్తూ ఆమె అలా చూసేసరికి నా కళ్లు చెమర్చాయి. సరే ఇప్పిస్తా అంటూ తన కన్నీళ్ళు తుడిచి ఆమెను బయటకు తీసుకెళ్ళాను తనకు కావలసినవి ఇప్పించాను అన్నీ మా ఇద్దరికి

ఇష్టమైన చోటుకు తీసకెళ్ళి భోజనం చేశాము. మళ్లీ తను చాలా ఆనందంగా గెంతులు వేసింది. తన బాధ మర్చిపోయి హాయిగా కారులో సీటుపై పసిపాప అనిపించింది. ఈ తతంగమంత మామయ్యా చూడకూడదు తెలియకూడదు అనుకున్నా కాని తెలిసి పోయింది.

ఇక మావయ్యా గేటులో నిలుచుని చూస్తున్నారు ఆయన ముఖం చూడగానే ఆయనకు విషయం అంతా అర్థమైంది అని నాకు అనిపించింది. ముందు ఇంట్లోకి పదా అన్నారు కారు అద్దం దగ్గర తలవంచి యా ఐ యామ్ కమింగ్ అన్నా కాని తనని రూమ్ దగ్గర

వదిలేసి వస్తా అన్నాను, అక్కరలేదు నేను ఆయా చేత పంపిస్తా అన్నారు. బాగా నిద్రపోతుంది లేపితే డిస్టబ్ అవుతుంది. ఐ నో మెంటల్ పేషంట్ డిస్టబ్ కాకూడదు అది నాకు తెలుసు తన గతం అంతా తెలిసినా నాకు గుండె చివుక్కు మంది తనని అలా పిచ్చిది అంటుంటే. మామయ్య ఇంక లోపలికి తీసుకెళ్ళి వెళ్ళి పడుకో అన్నారు. నన్ను ఏమి అడగలేదు, అడిగితే బాగుండు నాకు ఇది ఏమి టెన్షన్ అనిపించింది. మార్నింగ్ నా డోర్ ఎవరో కొట్టినట్లు అనిపించింది. 6.00 ఎ.ఎమ్. అయ్యింది ఎవ్వరు అనుకున్నాను, వెళ్ళి చూస్తే మానస. అరె ఏంటి ఈ టైమ్‌లో అనుకున్నాను.

నీకు తెలుసా నన్ను వేరే హాస్పిటల్‌కు షిఫ్ట్ చేస్తున్నారు అంట అంది ఏంటో ఏమో మరి పెద్ద డాక్టర్ గారు పొద్దున తనే నాతో చెప్పారు అక్కడ ఇంకా బాగుంటుంది అన్నారు, ఎంత బాగున్నా అక్కడ నువ్వు ఉండవు ఎలా ఇప్పుడు చెప్పు. నాకు ఏమి చేయాలో అర్థం కాలేదు.

వెంటనే బ్రష్ చేసుకొని తనని నా రూమ్‌లో ఉండమని నేను తప్ప ఎవ్వరు వచ్చినా తలుపు తియ్యవద్దు అని చెప్పి వెళ్ళిపోయాను. మామయ్య రూమ్‌కు వెళ్ళాను, మామయ్య మానసను ఎందుకు పంపిస్తున్నారు అన్నాను. ఇది చాలా పెద్ద పేరు ఉన్న ఇన్స్టిట్యూట్ దీనికి చెడ్డ పేరు రాకూడదు అని అమ్మాయిని

బయటికి తీసుకెళ్ళటం ఐస్ క్రీం తినిపించటం గోరు ముద్దలు పెట్టటం హగ్గ్ చేసుకోవటం ఇవన్నీ ట్రీట్మెంట్ లో భాగమే ప్రశాంత్, ఏంటి నీ ప్రాబ్లమ్ ఇంకా చాలా మంది ఉన్నారు వాళ్ళును ఎందుకు ఇలా ట్రీట్ చేయటంలేదు. ఎందుకు ఆలోచించుకో నువ్వు ఏమి చేస్తున్నావో, ఏమి చెయ్యాలి అనుకుంటున్నావో లండన్లో ఉన్న మీ పెరెంట్స్కు నేను ఏమి సమాధానం చెప్పాలి అనుకుంటున్నావు ఆ మాటలకు నేను ఏమి సమాధానం ఇవ్వాలో తెలియక వచ్చేసాను. ఎందుకు నేను అప్పటికి ఏమి నిర్ణయించు కోలేదు కాబట్టి.

రూమ్లో మానస ప్రశాంత్ ప్రశాంత్

నన్ను పంపిస్తారా నేను ఇంకా వెళ్ళిపోతానా అనేసింది. తను ఆ మాటలు అనగానే నాకు గుండె గతుక్కుమంది, గుండెలోనుంచి బాధ తన్నుకొచ్చింది. అప్పుడు అర్థమైంది నాకు, నేను తనని ప్రేమిస్తున్నానని తను లేకుండా బ్రతకలేను అని, కాని తను ప్రేమిస్తుందా. ఇది అంతా తన ప్రేమా, లేక మంచి స్నేహితుడు అనుకుంటుందా, కాని డ్రీమ్ బాయ్ అంది, అనుకున్నది కాబట్టి నమ్మకం ఉంది, చెబితే ఎలా రియాక్ట్ అవుతుంది. ప్రేమను ఎక్స్పోస్ చేసే వారందరికి ఈ భయం కామన్. ఆలోచనలతో ఒక గంట తాను నా రూమ్లో ఉండిపోయింది. మామయ్యకి నేను ఏమి

సమాధానం చెప్పాలి, ఆమెను తీసుకెళ్ళాడానికి వచ్చినవారు హాస్పిటల్‌కు వచ్చి నా రూమ్ తలుపు తడుతున్నారు. ప్రశాంత్ ప్రశాంత్ నేను వెళ్ళను అని మానస అంటుంది. ఇక లాభం లేదు అనుకున్నాను. మానసా నిన్ను ఒకటి అడగాలి. నేను నిన్ను ప్రేమిస్తున్నాను పెళ్ళి చేసుకుంటావా, నిన్ను నా దగ్గర నుండి వేరు చేయలేని చోటికి తీసుకెళతాను, నా ఇంటికి తీసుకెళతాను, మరి నువ్వు ఇష్టపడుతున్నావని జాలితో చెప్పటంలేదు ప్రేమతో చెబుతున్నాను. నిన్ను నా డ్రీమ్ బాయ్ అనుకున్నప్పుడే నిన్ను ప్రేమించేశాను అంది. ఐ లవ్ టు అంది. తనను పెళ్ళి చేసుకోవాలని నిర్ణయించు

కున్నాను, తను సరే అనటంతో మేము ఇద్దరం మామయ్య దగ్గరకు వెళ్ళి, నేను ఆమెను ప్రేమిస్తున్నానని, పెళ్ళి చేసుకోవాలని అనుకున్నాను అని చెప్పేసాను.

మామయ్య ఆమె తరపు పెద్దవాళ్ళు అయిన అమ్మ, నాన్నలను పిలిపించాడు. ఇంక మా అమ్మ, నాన్నలని కూడా పిలిపించాడు, వాళ్ళ అమ్మ, నాన్న అయితే సంతోషపడ్డారు. ఒప్పుకున్నా, మా అమ్మ, నాన్న ఒప్పుకోలేదు. నిన్ను ఇంత చదివించి ఇంత గొప్ప వాడిని చేసింది ఆఖరికి పిచ్చిదానిని చేసుకుంటావా. నీకు ఏమైనా దానితో పాటు మతిపోయిందా, అరె తప్పుచేస్తున్నావు అన్నారు, అమ్మ, నాన్న

తనని పిచ్చిది అనటం నాకు, నా మనస్సుకి నచ్చలేదు. తప్పు చేస్తున్నాది ప్రశాంత్ నువ్వు చేసిన తప్పు నీకు తెలియటం లేదు, ప్రతి తల్లిదండ్రులకు తమ పిల్లలపై ఎన్నో ఆశలు ఉంటాయి అవి అడియాశలు అవుతే వాళ్ళు ఎంత బాధపడతారో నీకు పిల్లలు పుట్టితే కాని అర్థం కాదు అని అమ్మ ఏడవటం నేను ఏదో పాపం చేసినట్లు ఆమె ఫీల్ అవటం నాకు నచ్చలేదు. అమ్మ ప్లీజ్ నువ్వు ఎందుకు ఇంతలా గోడవ చేస్తునాననో నాకు అర్థంకావటం లేదు. నీ సుఖాన్ని అలా పిచ్చిదాని కోసం నువ్వు బలి చేస్తుంటే మేము ఏమి అనకూడదా ప్రశాంత్ అంది. అమ్మ, నాన్న మీరు ఇద్దరూ నా మాట

వినండి తన గురించి మీరు తెలుసుకుంటే మీరు ఇలా ఆలోచించరు. డాడ్, మీరైనా నా మాట వినండి అన్నాను, దానికి డాడ్ సరే ఏంటి చెప్పు అన్నారు, నేను తప్పు చేశానన్న భావన ఆయన కళ్ళలో చూశాను. డాడ్ నేను ఎందుకు డాక్టర్ అయ్యాను ఇంత కష్టమైన కోర్స్ అయినా ఎలా ఇంత పెద్ద చదువు చదవగలిగాను. డాడ్ బికాస్ మీరు డాక్టర్ కాబట్టి. నేను ఇంత పాసిటివ్‌గా ఎలా ఆలోచించ గలుగుతున్నాను.

ఎందుకంటే మీరు నాతో చిన్నప్పటి నుండి పాసిటివ్‌గా మాట్లడేవారు, పాజిటీవ్‌గా ఉండేవారు. ఓ మంచి పెంపకం దొరికింది కాబట్టి నేను డాక్టర్ను అయ్యాను. కాబట్టి

అలాగే తనతో పాసిటివ్‌గా మాట్లాడి ఉంటే తనకు మంచి పెంపకం దొరుకుంటే తను అంత సంఘర్షన అనుభవించకుంటే తాను పిచ్చిది అయ్యేది కాదు తాను పిచ్చిది కాదు పిచ్చిది అయ్యేంత మానసిక సంఘర్షణ అనుభవించింది. తన కన్నతల్లే చిన్నప్పుడు తన అత్తగారి ఇంటి కష్టాలను కూతురి మీద చూపించింది, వాళ్ళ అమ్మే కిరోసిన్ పోసి అన్నింటికి చావే పరిష్కారం అన్న పరిష్కారాన్ని మార్గాన్ని చూపించింది. అదే నిజం అనుకుని చావే అన్నింటికి శరణ్యం అనుకుని తాను ప్రతి కష్టాలకి చావే ముగింపు అనుకుంది. మీకు తెలుసా ఆత్మహత్య చేసుకోవాలి అనుకునే వాళ్ళు

అయితే మనం పిచ్చివాళ్ళగాను లేక పిరికి వాళ్ళగాను చూస్తాము కాని అది నిజం కాదు. వాళ్ళని ప్రేమించేవాళ్ళు లేక, లేక వాళ్ళ చుట్టు ఉన్నవాళ్ళు సరిగ్గా అర్థం చేసుకో లేకపోవటం వల్ల, తమని ప్రేమిస్తున్నవాళ్ల, ఎంతో ప్రేమిస్తున్నవాళ్లు వెళ్ళిపోతే తమ జీవితాలు ఎంతగా స్థంబిస్తాయెా, లేకపోతే వాళ్ళ జ్ఞాపకాలతో మనం ఎంత తగలబడిపొతామో అని వాళ్ళకి సరి అయిన విధానంలో చెప్పలేక పోవటమే కారణం. మీకుతెలుసా, చనిపోవాలనే ప్రతి ఒక్కరు ఆత్మహత్య చేసుకోవాలనే ఆకరి క్షణం వరకు మనం ఇంత మందితో కలిసి బాగా ఉంటున్నాము కదా మనలని ఎవ్వరు

ఇష్టపడలేదా. కనీసం వాళ్లు వచ్చి కాపాడవచ్చు కదా అంటూ చాలా సార్లు నా అనుకునేవాళ్లు వాళ్ళులో వాళ్ళు ఆలోచిస్తూ ఎదురు చూస్తుంటారు. వాళ్ళకు కావలసినది కాస్త ప్రేమ సమస్యలు వస్తాయి పోతాయి, కాని ప్రాణం పోతే రాదు అని ధైర్యం చెప్పాలి, అంతే కాని వాళ్ళు మనలని వదిలిపోతే కలిగే నష్టం కాని కష్టం కాని ఎంత పెద్దదో వాళ్ళకు విడదీసి చెప్పడం మన ధర్మం అది మన కర్తవ్యం.

కడుపులోని బిడ్డను 9 నెలలు ఎలా జాగ్రత్తగా కాపాడితే ఆ బిడ్డకు జన్మ ఎలా వస్తుందో అలా కొన్నాళ్ళు తమని ప్రేమించేవాళ్ళ సంరక్షణలో గడిపితే వాళ్ళకి పునఃజన్మ వస్తుంది.

వాళ్ళు చనిపోతే ఏడవటం కాదు, పిచ్చివాళ్లు పిరికివాళ్లు అని తిట్టడం కాదు బ్రతికి ఉన్నప్పుడే వాళ్ళు బ్రతుకులో ఉన్న బాధను పంచుకోవటం ఆత్మహత్మ చేసుకునే వాళ్ళు ఎక్కువగా నాకు టైమ్ లేదు నాకు ఏది వద్దు అంటు వాళ్ళ ఇష్టమైన వాటిని కూడా చేదిస్తుఉంటారు. అదో పిచ్చితనంగా భావించి వాడు అంతే అనుకోవటం కాదు, అలా ఎందుకు వుంటున్నారో, అందరి పిల్లలా మన పిల్లలు ఎందుకు లేరోనని ఆలోచించాలి కాని, వీడు అందరిల ఉండడు అడాడు పాడాడు నలుగురిలో కలువడని వాళ్లని వెక్కిరించి ఏదో ఒకరోజు మనుషులలో పడాతారని,

మారతాడని మనం లైట్ తీసుకోకూడదు. మనలో పడి మాములు అవుతారో లేక మనుషులకే దూరం అవుతారో అనేది మనం ఆలోచించాల్సిన విషయం. ప్రతి ఒక మనిషిలో ఆత్మహత్య ప్రేరేపణ కలిగించే మానసలాగా చిన్నప్పటి సంఘటన లేక వంశపరంపరంగా ఇలాంటి ఆలోచననో లేక ఏదో ఒక సన్నిహితుల ద్వారానో లేక ఎవరైన కావలసిన వ్యక్తుల మరణాలు సంభవించినప్పుడు అతి సున్నిత మనస్కులైన వారి భావనలపై వీటి ప్రభావం ఉంటుంది. అప్పుడే వారికి ఆత్మహత్య చేసుకోవాలనే భావన ప్రేరణ వాళ్ళకు కలుగుతాయి. అందుకే మన ప్రపంచంలో

ఆత్మహత్య చేసుకోబోయేవారి సంఖ్య వయస్సు 30 లోపే ఉంటుంది. ప్రతి యేడాది ఏడువేల మంది మానసిక సంఘర్షణతో మరణిస్తున్నారని ఈ మధ్యా అనాలసిస్ ప్రకారం తెలిసింది. ఎందుకంటే వాళ్లు జీవితాన్ని కాచి ఒడబోసిన వారు కాదు కేవలం జీవితం తెలియని వారు. జీవితం అంటే అంతా కష్టమే, సుఖం కాదు అనుకునేవారే.

అందుకే మన సంఘంలో ఆత్మహత్య చేసుకోబోయేవారితో ఒక పది నిమిషాలు ప్రేమతో మాట్లాడితే అసలు జీవితం అంటే కష్టం కాదు సుఖాలు కూడా ఉంటాయి అని కష్టమనేది మనిషికి చావేకాదు అని

91

అన్నింటికంటే విలువైనది ప్రాణం అని నూరేళ్ళ
ప్రయాణాన్ని ఆపకూడదని చెబితే. అదీ ప్రేమతో
చెబితే వాళ్ళు మారుతారు. మనం వాళ్లని ఇది
కూడా అంటుంటాము వాళ్ళ ప్రాణం అంటే
వాళ్ళకు లెక్క లేదా అని కాని నిజానికి
ఆత్మహత్య చేసుకునేవాళ్ళు మన కంటే వాళ్ళు
బ్రతుకుని వాళ్ళని వాళ్లు చాలా ఎక్కువగా
ప్రేమిస్తారు. వాళ్ళను ఎవరు ప్రేమించరు అన్న
భావనతో ఉంటారు, గనుక వాళ్ళను వాళ్లు
చాలా ఎక్కువ ప్రేమించుకుంటారు. అందుకే
వాళ్ళని బాధ పెట్టడం కన్న చనిపోవడమే మిన్న
అనుకుంటూ ఉంటారు. మానస నాకు చెప్పిన
కారణాలు ఇవే. నన్ను ఎవరు ప్రేమించరు,

నేను పోతే ఎవరికి ఏంటి? నేను చనిపోతేనే నా కష్టాలకు ముగింపు చావాలని అప్పుడే నాకు అర్థమైంది. తాను పిచ్చిది కాదు అని సూసైడ్ అనే రుగ్మతతో బాధపడుతుంది డాడ్ & మామ్ అన్నాను. ప్రేమ స్నేహం ఒకటే ఇంక లింగ వివక్ష కూడా కారణమే అన్నాను నాన్న వైపుకు చూసాను.

నాన్న కళ్ళల్లో ఇంకా ఎన్నో ప్రశ్నలు అప్పుడే నాకు అర్థంమైనది ఇంక తన గురించి ఇంకా ఇంకా చెప్పాలని, ఇంకా చాలా కన్వెన్స్ చెయ్యాలని నాకు అనిపించింది, అమ్మ ముఖంలో మాత్రం బాధ కనిపించినా కళ్ళల్లో గంబీరంగా ఉంది. అందుకే వెంటనే అడిగాను,

ఏంటి డాడి ఇంకా ఏమైనా అడగాలా, ప్రశాంత్ ఆత్మహత్య విషయమే సరైన క్లారిటి ఇచ్చావు... రా మరి ఇంక ఇంకా తనలో తాను మాట్లాడుకొనే అలవాటు, ఇలా రకరకాల పేర్లు పిలవటం పిచ్చి లక్షణాలు కదా మరి ఆ సంగతి గురించి మామయ్య చెప్పాడు. డాడి తనకు నేను చెబుతాను ఎక్కడ ఏమి మాట్లాడితే ఎవరి ఏమి అంటారోనని. ఇంక ఆ భయాలను గుర్తు చేసుకొని బాగా ఏడిచేది దాని వల్ల తనకి స్నేహితులు ఎవరు లేకపోవటం వల్ల చిన్న పిల్లగా ఉన్నప్పటి నుండి స్కూలులో ఒంటరిగా ఉండటం ఇంటిలో ఒంటరిని అన్న భావన తన బాధ ఎవరితోనైన చెప్పుకోవాలని అనిపించింది

కాని ప్రపంచంలో ఎవరు లేరు. చిన్నప్పుడు మనం బొమ్మలతో మాట్లాడుతాము కొన్ని సందర్భాలలో మనం మనవే మాట్లాడు కుంటాము దాని కారణాలు ఒంటరి తనమే గాని పిచ్చితనము కాదు. మనుషులలో పడితే మళ్ళీ మాములుగా మారతారు.

తాను అంతే తనకి ఈ ఒంటరితనం మరి ఎక్కువై తన మనస్సుకు తాను ఓ పేరు పెట్టుకొని దానిని శశి అని పిలుస్తు తన మనసే నేస్తంగా భావిస్తుంది. ఇంక చెప్పలేనంత లింగ వివక్ష కూడ కారణమే. ఆమె వెనుకాల పుట్టినవాడు మగపిల్లవాడు కావటం చిన్నప్పటి నుండే నువ్వు ఆడపిల్లవి ఈడపిల్లవి కాదు అన్న

మాటలు అది ప్రతి అమ్మాయి, అది ఏమైనా ప్రాస అది ప్రతి అమ్మాయికి గుండె ఘోష ప్రతి ఒక్క అమ్మాయి రోజు సమాజంలో భరిస్తున్నదే మనం రాకెట్ కూడా కనిపెట్టాం గ్రహాలు దగ్గరకు వెళ్ళి వచ్చినా ఈ పరిస్థితిమాత్రం మారటంలేదు. ప్రతి అమ్మాయి అనుభవిస్తున్న గుండె ఘోష అది మీకు తెలుసా మీ ఇల్లుకాదు అంటే ప్రతి రోజు అమ్మాయి గుర్తుచేస్తారు వాళ్ళ తల్లిదండ్రులే ఇలా అత్తగారి ఇంటికెళ్ళితే తెలుస్తుంది. అని అసలు అమ్మాయి అత్తగారి ఇల్లు అనేది పెళ్ళి కుదిరినప్పుడే తప్ప లేక ప్రేమించేవాడు దొరికినప్పుడే అంతకు ముందే ఎలా తెలుస్తుంది. ఇది నీ ఇల్లుకాదు మరి

నాఇల్లు ఎక్కడా అన్న ప్రశ్న సమాధానం వాళ్ళకు ఏమిచెయ్యాలో తెలియక వచ్చేవి కన్నీరే. నా ఇల్లు ఇది నీ ఇల్లు కాదు అని చెప్పటం ఎంతవరకు సమంజసం అది నీ ఇల్లే ఇది నీఇల్లే అంటే ఆ ఆడకూతురు ఎంత ఆనందంగా ఇంక ఎంత ధైర్యంగా ఫీల్ అవుతుంది. నువ్వు ఏదైన పొరపాటు చేస్తేనే వాళ్లు సరిదిద్దుతారు కాని వాళ్ళు నిన్ను ఏమి అనరు, ఆమె నీకు అమ్మలాంటిదే అంటేవాళ్ళుఎంత సంతోషిస్తారు. అంతేగాని, అక్కడ ఇలా చేయి తెలుస్తుంది అక్కడ నీకు కష్టాలు అని చర్చించటమే కాదు వాళ్లు అందుకే ఆడపిల్లగా పుట్టినందుకు బాధపడనిక్షణం ఉండదు, వాళ్ళలో వాళ్ళు

కుమిలిపోని దినం ఉండదు. మాటకి అమ్మ కళ్ళల్లో నీళ్ళు, కాని దాచేసింది. ఇంకా మానసలాంటి సున్నిత మనస్కుల మీద అది ఇలా ఒంటరితనానికి ఆత్మహత్యలకి దారి తీయక ఇంకా దేనికి కారణం అవుతుంది.

ఈ ప్రపంచాన తనకో స్థానం లేదు అని, అత్తగారు వాళ్ళు పుట్టింట్లో కెళ్ళి చూపించు, పుట్టింటివాళ్ళు అత్తగారి ఇంటి కెళ్ళి చూడు అన్న మాటలు. ఆడపిల్ల ఇల్లు లేదా తన మాటలు ఏంటో తెలుసా ఈ విషయంలో నేను ఎవరిని ఆదిశక్తి అంశాన్ని ఏ వంశంము లేని అంశాన ఎవర్ని నేను ఎవ్వరిని అన్న తన మాటలని వింటే నాకు

బాధ తన్నుకువచ్చింది. ఇంక ఆ స్నేహితులు అసలు ఈ మద్య కాలంలో బాయ్ ఫ్రెండ్ ఉండటం అన్నది ఒక స్టేటస్ సింబల్ వాళ్ళు లేని వాళ్లు చేతకాని వాళ్లు అని అందవిహీనులని ఎందుకు పనికిరాని వాళ్ళు అని అన్నట్లు అభిప్రాయానికి యువత వస్తున్నారు, అంతే గాని ప్రేమ అనేది ఎప్పుడైన కలుగవచ్చు అది పెళ్ళి తరువాత అయినా ఒకవేళ వాళ్ళు ప్రేమించటానికి ప్రియుడు దొరక్కపోతే మంచి భర్త ద్వారా వారికి ప్రేమ దొరుకుతుందని ఆలోచించకుండా బాయ్ ఫ్రెండ్ ఉంటే ఒకలాగా లేకపోతే ఇంకో లాగా తనకు దొరకలేదు కాబట్టి వాళ్ళ వాళ్ళని ఎగరేసుకు

పోతుందని ఆమెను దూరం పెట్టటం, ఆ అమ్మాయికి (ప్రేమ కావాలి (ప్రేమించేవాడు దొరకాలి. ఆ (ప్రియుడు ఉంటే తనతో ఎలా మాట్లాడుతుంది. డైరికి పేర్లు పెట్టి తనకు తాను పేర్లు పెట్టి ఇలా తయ్యారు అయ్యింది. కాని తాను పిచ్చిదికాదు, తనది మానసిక వైకల్యం అనుకుంటే అది మన మానసిక దౌర్భాగ్యం. తనలో తాను మాట్లాడుకోవటం పిచ్చితనం కాదు, ఒంటరితనం అంతే. ఇలా ఎందుకు చెప్పి ఎందుకు కన్వెన్స్ చేశాను అంటే తను ఒప్పుకోలేదు అని తన వల్ల నేను బాధపడతానని తెలిసి. మళ్ళి తాను సూసైడ్ చేసుకోవటానికి మళ్ళీ ఎక్కడ ఆలోచిస్తుందని. తనకి ఓ పెర్ఫెక్ట్

ఫ్యామిలి ఇవ్వాలి అనేదే నా ఆశయం. మీకు నేను మావయ్యా దగ్గరకు వచ్చి ప్రాక్టీస్ చేస్తాను అంటే మీ ఆశయాన్ని ఎంతో గౌరవించి ఇక్కడికి పంపినారు. అలాగే ఈ ఆశయాన్ని కూడా మీరు గౌరవిస్తారని ఆశిస్తున్నాను. అంజలిగటించి అర్ధించాను, వాళ్ళు నా మాటని గౌరవించారు మా పెళ్ళికి వారు ఒప్పుకున్నారు. రంగరంగ వైభవంగా మా పెళ్లి జరగకపోయినా సింపుల్ గా సంతోషంగా అయితే జరిగింది.

మావయ్య ఆమెను కూతురుగా చూసుకోవటం మొదలు పెట్టారు. రోజు ఆమెకు కౌన్సిలింగ్ ఇచ్చేవాడు. ఆమెకు సూసైడ్ రుగ్మత పోగొటేవాడని, నువ్వు లేక పోతే నేను

బ్రతకలేను అంటూ నువ్వు చనిపోతే నా జీవితం అన్యాయం అయిపోతుందని, నేను ఒంటరివాడిని అయిపోతానని చెబుతూ ఉండేవాడిని, ఒక్కోసారి గదమాయించి మరి తనని జీవితం నీది కాదు అని మనం భార్యభర్తలం అయ్యాక అది నీజీవితం నాది అని నా జీవితం నీది అని నేను నీ జీవితాన్ని అర్థాంతంగా అంతం చేసుకునే హక్కు నీకు లేదు అని ఒక వేళ నువ్వు నిజంగానే ఇంత చెప్పినా చావాలని నువ్వు అనుకుంటే నీతో పాటు నన్ను తీసుకొని వెళ్ళు అని తనకి చెప్పేవాడిని, తనకి ఇచ్చినది కౌన్సిలింగ్ అయినా తనని అంతే నిజంగా నేను

ప్రేమించాను, తాను లేకపోతే బ్రతకలేనంత ప్రేమించాను, ఆ పిచ్చిపిల్లకు ఏనాటికైనా నా ప్రేమ అర్థమైతుందని ప్రేమను అందిస్తున్నాను. మావయ్య, అమ్మ, నాన్న తనను బాగా చూచుకున్నారు వారు లండన్ నుండి రాకపోయినా ఫోన్ ద్వారా మాట్లాడేవారు మావయ్య కూడా కూతురు అనుకునేవారు. ఇంకా నేను తనతోనే మాట్లాడుతు ఎప్పుడు ఉండటం వల్ల ఒంటరిగా తనలో తాను మాట్లాడుకోవటం తగ్గింది.

రోజు నేను ప్రార్థిస్తున్నా నా దేవుడు నా ప్రార్థన వినాలి, తనకి ఈ రుగ్మతలు అన్నీ పోవాలి అని ఆలోచించేవాడిని అలా అలా

రోజులు గడిచాయి. దాన్ని పోయమ్స్ పత్రికల్లో పంపేవాడిని వాటి ద్వారా వచ్చే డబ్బుతో దానికి కాన్ఫిడెన్స్ పెరిగింది. తన బుక్ తొందరలోనే ప్రింట్ చేయాలని అనుకున్నాను. ఇంతలో తను తల్లి అయ్యింది, బాబు పుట్టాడు వాడికి తనకి ఇష్టమైన ఆకాష్ అనే పేరు పెట్టాము. ఇంకా నేను మా హాస్పిటల్ పనుల్లో పడిపోయాము. హాస్పిటల్ మేనేజర్ ఇంటర్వ్యూ జరిగాయి. రాజు అన్న అతనిని నేను అపాయింట్ చేసా, వాడుచూడటానికి మంచి వాడిగానే ఉండేవాడు, వాడివల్ల మా జీవితాల్లో విచిత్రమైన మలుపు తిరుగుతాయి అని నేను అస్సలు ఊహించలేదు. వాడు చూపులు ఎప్పుడు అదోలా మానసవైపు

చూస్తూ ఉంటాయి. ఒకటి రెండు సార్లు మానస నాకు చెప్పింది. నేను ఏది నిర్థారణకు రాకుండా అనుకోకూడదని అనుకున్నాను. కాని అది నిజమై నేను నమ్మవలసివచ్చింది. అనుకోలేదు ఒక రోజు బాగా వర్షంలో నేను ఆ రోజు నేను టిఫీన్ కూడా చేయలేదు అని మానస నాకు భోజనం పట్టుకుని హాస్పిటల్‌కి వచ్చింది, తడిసిన బట్టలో ఉన్న మానసని వాడు ఆకలిగా చూసాడు. నాకు నచ్చలేదు వెంటనే వాడి మనస్సులోని తప్పు నాకు అర్థమైంది. ఇంక ఏమీ ఆలోచించకుండా పనిలోనుంచి తీసేసాను. వాడు సార్ ఇప్పుడు పని మానేయమంటే ఎలా అని అర్థించాడు. నేను

నా స్నేహితుడి హాస్పిటల్ లో రెకమెండ్ చేస్తానని చెప్పి పంపినాను. అమ్మా ఇంక ఏమి ప్రాబ్లంస్ లేదు అనుకొని రోజులు గడుస్తుండగా ఓ రోజు నేను మందులకు టౌన్‌కు వెళ్ళాను నాతో మామయ్య కూడా, ఆ రోజు తాను ఒంటరిగా ఉంది, మేము రాత్రికల్లా వచ్చేస్తామని చెప్పాము. కాని అక్కడ పనికాలేదు. మావయ్య నేను ఉండిపోతాను నువ్వు వెళ్ళు మానస ఒంటరిగా ఉంది అన్నారు. నేను బయలు దేరాను, మానస ఒంటరిగా ఉందని ఆ రాజుకు ఎలా తెలిసిందో నేను వచ్చేసరికి తనని వాడు బలవంతం చేయబోయాడు ఎంత వారించినా వాడు పశువులా దాడి చేస్తున్నాడు, అది చూసిన

నేను వాడిని ఆవేశంతో పక్కనే ఉన్న బాకుతో వాడిని పొడిచేశా వాడు చనిపోయాడు, నాకు శిక్షపడింది. మానస నన్ను నువ్వు కూడా వదిలివెళ్ళిపోతావా అన్న ఆమె ముఖం నాకు అలాగే గుర్తు. మావయ్య మానస ఒకసారి జైలుకు వచ్చారు బాబును తీసుకువచ్చారు నాకు నువ్వు లేకుండా చనిపోవాలని ఉంది అనేసింది. మానస దయచేసి నువ్వు ఏమి చేసుకోకు అన్నాను. మాట తీసుకున్నాను ఓట్టు కూడా వేయించుకున్నాను ఇంక తనని జైలు తాకవద్దు అని డిస్ట్రబ్ అవుతావని అన్నాను, శాసించాను అలాగే తాను రాలేదు.

మావయ్య మాత్రం వచ్చేవాడు

మావయ్యకి కాలు విరిగిపోవడంతో ఆయన రావటం మానేశారు. నేను ఇక్కడ ఇంక అక్కడి కబుర్లు నాకు ఏమి తెలియలేదు కేవలం లెటర్ మాత్రమే. నేను ఎవరితో గొడవ పడకుండా ఇక్కడ కూడా ఖైదీలకి వైద్యం చేసి సత్ప్రవర్తనతో 5 ఏళ్ళకే శిక్ష కాలం పూర్తి చేశాను. అసలు మానస బాధను తట్టుకుందా తట్టుకోలేక మరణించిందా అన్న భయం మావయ్య ఈ లెటర్ రాస్తూన్నారా అంటు తను నాతో అన్న ఆకరి మాట గుర్తుకు వచ్చింది నువ్వు లేకపోతే నేను బ్రతకలేను అన్నమాట భయమేసింది కాని ఇలా ఎన్నిసార్లు గుర్తుకు వచ్చి భయం వేసినా ఏమి చేయలేను కదా కాని ఈసారి భయం వేసినా తన దగ్గరికి వెళ్లచ్చు అన్న ఆనందం

కాస్త. ఎలా ఉందో అన్న భయం కాస్త, ఇంకా వెంటనే బస్సు ఎక్కి బయలు దేరాను హాస్పీటల్ రానే వచ్చింది వచ్చి దిగిచూస్తే ఆ స్థలం ఆ ప్రకృతి అలాగే ఉంది కాని హాస్పీటల్ మారిపోయింది. అస్సలు ఇది అదియేనా అనిపించింది అంతగా అక్కడ నుండి ఓ అబ్బాయి ప్రశాంత్‌సార్ మీరా రండి లోపలికి అన్నాడు నేను తెలుసా అన్నాను. మీరు తెలియక పోవటం ఏంటి అన్నాడు. అక్కడ నా మానస, బాబు వాడికి ఐదేళ్లు వచ్చాయి చూడగానే నా ప్రాణం లేచి వచ్చింది తాను చావలేదు. ఇంకా అమ్మా నాన్న మవయ్యా అందరు ఎదురువచ్చి. “చూడు నీ మానసాకు ఎమీ కాలేదు” అందరికి మంచి చేసస్తూ ఉన్నది. ఇక్కడ సూసైడ్

చేసుకోవాలనే అందరికి కౌన్సిలింగ్ ఇస్తూ తాను కనిపించింది. ఇంక తాను పోయమ్స్ వాల్యూమ్స్ సేల్ చేశారు అని చెప్పారు. ఆ డబ్బుతోనే ఇవ్వన్ని చేశాము. ఇంక హాస్పిటల్ ఆదాయంలో కూడా ఇవి చేసాము అన్నారు. అక్కడ కౌన్సిలింగ్ చేస్తున్న మానసను చూసి సర్ప్రైస్ అయ్యాను అలా నన్ను చూసేసరికి అందిరి ముందు పసిపాపలా నన్ను హత్తుకుంది. బాబుకూడా, తనను అలా చూసే సరికి నా అనందానికి అవదులు లేవు, అలాగే తన ఆనందానికి కూడా అవధులు లేవు. నీకు ఏమి అయ్యిందో అనుకున్నాను అన్నాను. లేదు నువ్వు చెప్పావుగా నా జీవితం నీది నీ జీవితం నాది అని అందుకే నీదైన జీవితం అంతం చేసుకొనే

హక్కు నాకు లేదు అనిపించింది అందుకే నీ కోసం ఇలా బ్రతికి నీ లాంటి గొప్ప ప్రేమ దొరికితే ఎవరి జీవితం కూడా విషాదం లేకుండా ఉంటుంది నీకు నా జీవితాన్ని బహుమతిగా ఇవ్వాలని, నీ గొప్పతనం అందరికి తెలియాలనే నేను ఇలా ఆదర్శంగా నిలిచాను.

ఎప్పుడు చావలనే అనే నేను నన్ను నేను ఇంత గట్టిగా నలుగురికి ఆదర్శంగా చేసుకున్నాను. నీ కోసం బ్రతుకుతున్నాను నీ కోసం బ్రతుకుతా కాలాన్ని ఇలా నా ప్రేమ నేను నా జీవితం నీకు దాసోహం నువ్వు నీ ప్రేమ నీ త్యాగం అన్నింటికి నేను దాసోహం.

ప్రశాంత్ ఐ లవ్ యు రా, ఐ ల్ యు రా అని ఇంకోసారి ఐ లవ్ యు చెప్పింది.

ఇంక అందరం సంతోషంగా కలిసాము.

ఇది నా కథ

ప్రశాంత్

ఎమ్.బి.బి.ఎస్. ఎమ్.ఎస్. సైకాలజిస్ట్

ప్రేమ ఏ మనసునైనా మరిపిస్తుంది!

చావు బ్రతుకును చేస్తుంది

శిల శిల్పంగా చేస్తుంది

ప్రేమ

మీనాక్షి

(కలం పేరు)

Made in the USA
Monee, IL
22 August 2025

23934423R00066